Learning Icelandic
Grammar Exercises

Learning Icelandic
Grammar Exercises

MÁL OG MENNING

Um notkun *Learning Icelandic – Grammar Exercises*

Í bókinni eru málfræðiæfingar við öll atriðin sem fjallað er um í málfræðihluta *Learning Icelandic* auk þess sem svör við æfingunum eru aftast í bókinni. Æfingarnar eru merktar með A eða B. A-æfingar eru léttar og fylgja nákvæmlega málfræðiumfjöllun *Learning Icelandic*. Þar er orðaforðinn sá sami og í kennslubókinni og hvert atriði æft sérstaklega, t.d. er flokkun nafnorða fylgt í æfingum í ákveðnum greini, flokkar lýsingarorða eru þjálfaðir hver um sig o.s.frv. B-æfingar eru erfiðari. Þar er blandað saman flokkum nafnorða, lýsingarorða eða sagna eftir því sem við á og orðaforðinn er ekki eins bundinn við orðin í *Learning Icelandic*. Áríðandi er að nemendur leysi allar æfingar í samræmi við umfjöllun í málfræði, fyrst A-æfingarnar og síðan B. Bókin er ætluð byrjendum í íslensku og á að nýtast bæði til sjálfsnáms og náms með kennara.

Ég vil þakka Kolbrúnu Friðriksdóttur fyrir hjálpina og Kennslumálasjóði Háskóla Íslands fyrir stuðninginn.

How to use *Learning Icelandic – Grammar Excercises*

This book contains grammar exercises corresponding to all the points covered in the *Learning Icelandic* grammar section. Answers to the exercises are provided at the back of the book. There are two types of esercise, marked A and B respectively. Those marked A are easier and correspond directly to the points covered in *Learning Icelandic*. Using the same vocabulary as the textbook, they provide practice in the use of each grammar point in turn, e.g. exercises in the use of the definite article are arranged according to noun class, different classes of adjectives are practised individually, etc. The B exercises are more difficult, consisting of a mixture of noun, adjective and verb classes, and the vocabulary is not restricted to words used in the textbook. It is important that students tackle the exercises after reading the relevant grammar section in *Learning Icelandic*, completing first the A, then B questions. The book is intended for beginners in Icelandic and is suitible both for class and private study.

I would like to thank Kolbrún Friðriksdóttir for her assistance, and Kennslumálasjóður Háskóla Íslands for their financial support.

Guðrún Theodórsdóttir

Learning Icelandic – Grammar Exercises
© Guðrún Theodórsdóttir 2002

Mál og menning
Reykjavík 2024

Öll réttindi áskilin.

Gefin út í Reykjavík, bókmenntaborg UNESCO

Kápa: Halla Sigga / Forlagið
Umbrot: Edda / IS
Prentun: Almarose, Slóveníu

1. útgáfa 2002
2. útgáfa 2016
Endurpr. 2019, 2021, 2024

ISBN 978-9979-3-3699-0

Mál og menning er hluti af ◊ Forlaginu ehf.
www.forlagid.is

Contents

1 Personal pronouns and common verbs

1. æfing

A. Personal pronouns. *Fill in the blanks:*

1 Þetta ert ...*þú*..........................	9 .... eigið bíl
2 Þetta erum	10 .... tekur strætó
3 Þetta eruð	11 .... tökum strætó
4 Þetta eru	12 .... taka poka
5 Þetta er	13 .... takið poka
6 .... á bíl	14 .... talar ensku
7 .... átt hús	15 .... tölum íslensku
8 .... eigum barn	16 .... tala frönsku

2. æfing

A. Common verbs. *Fill in the blanks:*

Vera:

1 Hann ...*er*.................. strákur	7 Þær .... stelpur
2 Hún ....stelpa	8 Þetta .... hestur *(3rd pers.sing.)*
3 Ég .... kona	9 Þetta .... bílar *(3rd pers.plur.)*
4 Þú .... maður	10 Þetta .... hús *(3rd pers.plur.)*
5 Þið .... nemendur	11 Þetta .... þú
6 Við .... útlendingar	12 Þetta .... þið
	13 Þetta .... við

Eiga:

14 Ég ...*á*................... hús	16 Þið .... barn
15 Við .... bíl	17 Þeir .... hest

Taka:

18 Ég ...*tek*................. strætó	22 Ég ...*tala*.............. íslensku
19 Þið .... strætó	23 Þið .... íslensku
20 Hann .... poka	24 Þær .... íslensku
21 Við .... poka	25 Þau .... ensku
	26 Hann .... þýsku

Tala:

3. æfing

B. *Fill in the blanks:*

Personal pronouns:

1 Hvað heitir ..*þú*.....................?
2 Hvað heita ....?
3 .... á bíl
4 .... eigum stórt hús
5 .... tekur töskuna
6 .... taka leigubíl
7 Vilt .... kaffi?
8 Viljið .... koma í bíó?
9 .... er strákur
10 .... talar íslensku
11 .... er stelpa
12 .... tölum frönsku
13 .... erum í skóla
14 .... eruð krakkar

Verbs:

15 Heita: Hvað.....*heitir*..... þú?
16 Heita: Ég .... Jón
17 Eiga: Ég .... bók
18 Eiga: Þið .... penna
19 Vilja: Hún .... samloku
20 Vilja: Við .... bara pítsur
21 Taka: Hann ....
   nesti með sér

22 Taka: Við .... dótið okkar
23 Tala: Þeir .... útlensku
24 Tala: Við ....dönsku
25 Vera: Hann .... ungur
26 Vera: Við .... gömul
27 Heita: Hvað ....
   strákurinn?
28 Heita: Konurnar ....
   Guðrún og Kolbrún
29 Eiga: Maðurinn .... blýant
30 Eiga: Stelpurnar............... bækur
31 Vilja: Hestarnir .... gras
32 Vilja: Stelpan .... pylsur
33 Taka: Afi .... töskuna sína
34 Taka: Strákarnir .... boltana
35 Tala: Stúdentarnir ....
   frönsku
36 Tala: Mamma .... íslensku
37 Vera: Kennarinn .... góður
38 Vera: Myndirnar ....
   skemmtilegar

4. æfing

B. *Write the nominative form of the personal pronoun:*

1 Konan sér *þig* þú........................

2 Strákarnir sjá *okkur* ....

3 Maðurinn á *þá* ....

4 Konurnar taka *þau* ....

5 *Mér* líður vel ....

6 Hvernig líður *þér*? ....

7 Gaman að sjá *þig* ....

8 Gaman að sjá *ykkur* ....

9 Strákurinn sýnir *henni* bókina
....

10 Stelpan sýnir *honum* blaðið
....

11 *Ég* gleymi *því* ....

12 Maðurinn gefur *þeim* pakka
....

13 Pakkinn er til *þeirra* ....

14 Getur *þú* sagt *mér* hvað klukkan
er? ....

15 Það er síminn til *þín* ....

5. æfing

A. Nouns and the definite article

masculine	feminine	neuter
-(i)nn	-(i)n	-(i)ð

Put the definite article on the nouns:

1. m (-a, -ar)
Definite article: **-nn**
1 penni..*nn*........
2 banki ....
3 bolli ....
4 gluggi................
5 skóli................
6 jakki ....
7 kafli ....
8 kennari ....
9 lampi ....
10 pabbi ....
11 poki................
12 sími ....
13 sófi ....

2. m (-s, -ar)
Definite article: **-inn**
1 dagur ....
2 hestur................
3 diskur ....
4 fiskur ....
5 bíll ....
6 ostur ....
7 kjóll ....
8 peningur ....
9 steinn ....
10 strákur................
11 skápur ....
12 stóll ....

3. f (-u, -ur)
Definite article: **-n**
1 kona ....
2 stelpa ....
3 appelsína................
4 flaska ....
5 skyrta ....
6 úlpa ....
7 peysa................
8 klukka ....
9 króna ....
10 taska ....
11 tölva ....
12 kisa................
13 pítsa................
14 gata ....

4. f (-ar, -ir)
Definite article: **-in**
1 borg ....
2 gjöf ....
3 ferð ....
4 þjóð ....
5 sveit ....
6 rós ....
7 mjólk ....
8 mynd ....

5. n (-a, -u)
Definite article: **-ð**
1 auga ....
2 eyra................
3 hjarta ....

6. n (-s, -)
Definite article: **-ið**
if the stem ends with a consonant; hús-ið and **-ð** *if the stem ends with -i; epli-ð*
1 barn ....
2 blað ....
3 land ....
4 epli................
5 bréf ....
6 kort ....
7 fjall ....
8 frímerki................
9 brauð ....
10 hús ....
11 borð ....
12 kaffi ....
13 kjöt ....
14 kvöld ....
15 rúm ....
16 safn ....
17 sjónvarp ....
18 smjör ....
19 veski ....

6. æfing
B. Nouns and the definite article

The definite article is a suffix:

masculine	feminine	neuter
-(i)nn	-(i)n	-(i)ð
penni-nn	stelpa-n	auga-ð
hestur-inn	mynd-in	hús-ið

Put the definite article on the nouns:

A. *Fjölskylda og fólk (family and people):*
1 afi....*nn*...............
2 amma ....
3 kona ....
4 krakki ....
5 maður ....
6 mamma ....
7 pabbi ....
8 stelpa ....
9 strákur ....
10 stúlka ....
11 unglingur ....
12 barn ....
13 fólk ....

B. *Atvinnuheiti (professions):*
1 afgreiðslukona.........
2 afgreiðslumaður ......
3 bakari ....
4 bifvélavirki.............
5 bréfberi ....
6 hjúkrunarkona ....

7 kennari ....
8 kokkur ....
9 læknir ....
10 lögregluþjónn ....
11 málari ....
12 múrari ....
13 ritari ....
14 sjómaður ....
15 tannlæknir ....
16 námsmaður ....

C. *Vinnustaðir (workplaces):*
1 bakarí ....
2 búð ....
3 ferðaskrifstofa.........
4 fiskiskip ....
5 skóli ....
6 skrifstofa...............
7 spítali ....
8 veitingahús ....

D. *Tómstundir og ýmis legt (hobbies and other things):*
1 ár ....
2 borg ....
3 bréf ....
4 eldgos ....
5 ferð ....
6 fjall ....
7 þjóð ....
8 frímerki ....
9 gata ....
10 hestaferð ....
11 hestur ....
12 kafli ....
13 kort ....
14 land ....
15 peningur ....
16 penni ....
17 safn ....
18 sund ....
19 sundlaug ....
20 sveit ....
21 vika ....

E. *Heimili (home):*

1 borð..................
2 eldhús..................
3 gluggi ....
4 gólf..................
5 herbergi ....
6 húsgagn ....
7 ísskápur ....
8 lampi ....
9 motta ....
10 sjónvarp ....
11 sófi ....
12 stofa ....
13 stóll ....
14 svefnherbergi ....
15 teppi ....
16 tölva ....

F. *Eldhús (kitchen):*

1 bolli..................
2 brauðrist ....
3 diskur ....
4 gaffall ....
5 glas ....
6 hnífur ....
7 kaffikanna ....
8 kanna ....
9 panna ....
10 pottur ....
11 skeið..................

G. *Matur (food):*

1 appelsínusafi ....
2 banani ....
3 brauð..................
4 epli ....
5 fiskur ....
6 kaffi ....
7 kaka ....
8 kjúklingur ....
9 kjöt ....
10 kleina ....
11 kornflex ....
12 kæfa ....
13 mjólk ....
14 nesti ....
15 ostur..................
16 pasta ....
17 pítsa ....
18 samloka ....
19 smjör ....
20 snúður ....
21 súkkulaði ....
22 vín ....
23 hamborgari ....
24 pylsa ....

H. *Útlit og föt (appearance and clothes):*

1 bakpoki ....
2 belti ....
3 bolur ....
4 frakki ....
5 hanski ....
6 hattur ....
7 húfa ....
8 jakki ....
9 kápa ....
10 kjóll..................
11 leðurjakki ....
12 peysa ....
13 pils ....
14 skór ....
15 skyrta ....
16 sokkur ....
17 stígvél ....
18 taska ....
19 úlpa ....
20 veski ....
21 vesti..................
22 vettlingur ....

7. æfing
A. Nouns and adjectives 1

masculine	feminine	neuter
-ur	-	*-t*
falleg-ur	falleg-	falleg-t
grann-ur	☉ grönn-	grann-t

Remember the u-umlaut! ☉

Masculine:
A.
gulur, penni
> gulur penni

1 hvítur, bolli

....

2 ljótur, gluggi

....

3 skemmtilegur, skóli

....

4 fallegur, jakki

....

5 kátur, kennari

....

B.

1 rólegur, dagur

....

2 duglegur, hestur

....

3 fallegur, diskur

....

4 hvítur, bíll

....

5 gulur, ostur

....

6 sætur, strákur

....

Feminine:
A.
alvarlegur, kona
> alvarleg kona

1 ☉ grannur, stelpa

....

2 gulur, appelsína

....

3 hvítur, skyrta

....

4 fallegur, úlpa

....

5 ljótur, peysa

....

6 ☉ latur, kisa

....

7 rólegur, gata

....

B.

1 skemmtilegur, borg

....

2 fallegur, gjöf

....

3 gulur, rós

....

4 hvítur, mjólk

....

Neuter:
A.
fallegur, auga
> fallegt auga

1 ljótur, eyra

....

B.

1 duglegur, barn

....

2 hvítur, blað

....

3 skemmtilegur, land

....

4 gulur, epli

....

5 fallegur, bréf

....

6 rólegur, kvöld

....

8. æfing

A. Nouns and adjectives 2

masculine	feminine	neuter
-n, -l	-	-t
brún-n	brún-	brún-t
gamal-l	ʘ gömul-	gamal-t

Masculine:

A.

brúnn, penni

> brúnn penni

1 fínn, banki

....

2 gamall, bolli

....

3 heill, gluggi

....

4 hreinn, jakki

....

5 grænn, lampi

....

B.

1 brúnn, hestur

....

2 heill, diskur

....

3 grænn, bíll

....

4 fínn, kjóll

....

Feminine:

A.

fínn, kona

> fín kona

1 heill, appelsína

....

2 hreinn, flaska

....

3 ʘ gamall, skyrta

....

4 grænn, úlpa

....

5 brúnn, peysa

....

6 fínn, taska

....

B.

1 hreinn, borg

....

2 fínn, rós

....

3 ʘ gamall, mjólk

....

Neuter:

A.

brúnn, auga

> brúnt auga

1 hreinn, eyra

....

2 gamall, hjarta

....

B.

1 hreinn, barn

....

2 gamall, blað

....

3 fínn, land

....

4 grænn, epli

....

5 brúnn, hús

....

9. æfing

A. Gender of nouns and adjectives 3

masculine	feminine	neuter
-r	-	-tt
blá-r	blá-	blá-tt

Masculine:	Feminine:	Neuter:
A.	**A.**	**A.**
blár, penni > blár penni	*mjór, kona > mjó kona*	*blár, auga > blátt auga*

Masculine:

A.

blár, penni > blár penni

1 nýr, banki

....

2 grár, bolli

....

3 mjór, kennari

....

4 blár, lampi

....

B.

1 nýr, dagur

....

2 blár, diskur

....

3 grár, bíll

....

4 mjór, strákur

....

Feminine:

A.

mjór, kona > mjó kona

1 grár, flaska

....

2 blár, skyrta

....

3 nýr, úlpa

....

4 mjór, stelpa

....

B.

1 grár, borg

....

2 nýr, gjöf

....

3 blár, rós

....

4 nýr, mjólk

....

Neuter:

A.

blár, auga > blátt auga

1 grár, auga

....

2 nýr, hjarta

....

B.

1 mjór, barn

....

2 nýr, blað

....

3 nýr, epli

....

4 blár, fjall

....

5 grár, hús

....

10. æfing

A. Nouns and adjectives 4

masculine	feminine	neuter
rauð-ur	rauð-	rautt
glað-ur	Ꙩ glöð-	glatt

Remember the u-umlaut!

Masculine:

A.

rauður, penni

> rauður penni

1 góður, banki

....

2 rauður, bolli

....

3 glaður, kennari

....

B.

1 góður, dagur

....

2 hræddur, hestur

....

3 rauður, kjóll

....

4 glaður, strákur

....

Feminine:

A.

hræddur, kona

> hrædd kona

1 Ꙩ glaður, stelpa

....

2 góður, appelsína

....

3 rauður, taska

....

4 hræddur, kisa

....

B.

1 góður, gjöf

....

2 rauður, rós

....

Neuter:

A.

rauður, auga

> rautt auga

1 rauður, eyra

....

2 glaður, hjarta

....

B.

1 glaður, barn

....

2 góður, blað

....

3 rauður, veski

....

11. æfing

A. Nouns and adjectives 5

masculine	feminine	neuter
dýr–	dýr–	dýr-t
ljós–	ljós–	ljós-t

Masculine:

A.

dýr, penni > dýr penni

1 stór, poki

....

2 ljós, jakki

....

3 kurteis, kennari

....

4 dýr, sófi

....

B.

1 vitlaus, hestur

....

2 ljós, kjóll

....

3 kurteis, strákur

....

4 stór, skápur

....

5 dýr, stóll

....

Feminine:

A.

stór, stelpa > stór stelpa

1 kurteis, kona

....

2 vitlaus, kisa

....

3 ljós, peysa

....

4 dýr, tölva

....

B.

1 dýr, borg

....

2 kurteis, þjóð

....

3 stór, mynd

....

Neuter:

A.

stór, auga > stórt auga

1 stór, eyra

....

2 ljós, auga

....

B.

1 kurteis, barn

....

2 ljós, blað

....

3 stór, fjall

....

4 dýr, sjónvarp

....

12. æfing
A. Nouns and adjectives 6

masculine	feminine	neuter
vond-ur	vond-	vont
kald-ur	☉köld	kalt

Masculine:

A.

svartur, penni

> svartur penni

1 vondur, bolli

....

2 ljóshærður, kennari

....

3 dökkhærður, pabbi

....

4 svartur, sími

....

B.

1 vondur, hestur

....

2 kaldur, fiskur

....

3 dökkhærður, strákur

....

4 svartur, stóll

....

Feminine:

A.

dökkhærður, kona

> dökkhærð kona

1 ljóshærður, stelpa

....

2 vondur, appelsína

....

3 ☉ svartur, kisa

....

4 ☉ kaldur, pítsa

....

B.

1 ☉ kaldur, mjólk

....

2 vondur, mynd

....

Neuter:

A.

vondur, hjarta

> vont hjarta

1 kaldur, hjarta

....

B.

1 vondur, barn

....

2 vondur, epli

....

3 svartur, hús

....

4 kaldur, smjör

....

13. æfing

B. Nouns and adjectives

Masculine:
strákur, duglegur
> *strákurinn er duglegur*

1 hestur, fallegur

....

2 steinn, grár

....

3 bíll, hreinn

....

4 sandur, svartur

....

5 penni, blár

....

6 jakki, gulur

....

7 stóll, fallegur

....

8 matur, góður

....

9 lampi, bleikur

....

10 gluggi, gulur

....

11 strákur, vondur

....

12 bíll, rauður

....

13 bolli, gamall

....

14 krakki, latur

....

15 fiskur, nýr

....

16 ísskápur, fullur

....

17 diskur, rauður

....

18 hnífur, beittur

....

19 sími, svartur

....

20 sófi, rósóttur

....

Feminine:
stelpa, duglegur
> *stelpan er dugleg*

1 stelpa, fallegur

....

2 flaska, grár

....

3 gata, hvítur

....

4 vika, langur

....

5 mynd, blár

....

6 appelsína, gulur

....

7 gjöf, fallegur

....

8 úlpa, rauður

....

9 tölva, gamall

....

10 stelpa, vondur

....

11 taska, fjólublár

....

12 kanna, glær

....

13 borg, stór

....

14 stúlka, týndur

....

15 kona, hraustur

....

16 pítsa, góður

....

17 samloka, dýr

....

18 peysa, nýr

....

19 ferð, ánægjulegur

....

2 hús, grár

....

3 borð, hvítur

....

4 glas, glær

....

5 land, blár

....

6 blóm, gulur

....

7 eyra, stór

....

8 tjald, fallegur

....

9 kjöt, rauður

....

10 kaffi, svartur

....

11 auga, brúnn

....

12 epli, grænn

....

13 bréf, leiðinlegur

....

14 fjall, hár

....

15 hjól, ódýr

....

Neuter:

barn, duglegur > barnið er duglegt

1 barn, fallegur

....

14. æfing

B. Nouns and adjectives

hræddur, barn > hrætt barn

Fólk (people):

1 góður, strákur

....

2 skemmtilegur, stelpa

....

3 duglegur, stúlka

....

4 stór, kona

....

5 dökkhærður, barn

....

6 vondur, krakki

....

7 latur, unglingur

....

Föt (clothing):

1 grænn, kjóll

....

2 gulur, peysa

....

3 blár, skyrta

....

4 svartur, pils

....

5 hvítur, sokkur

....

6 brúnn, úlpa

....

7 rauður, jakki

....

8 appelsínugulur, skór

....

9 grár, stígvél

....

10 fjólublár, kápa

....

11 blár, frakki

....

12 svartur, húfa

....

13 gulur, hattur

....

14 fallegur, vesti

....

15 appelsínugulur, belti

....

16 brúnn, vettlingur

....

17 grár, hanski

....

18 brúnn, veski

....

19 rauður, taska

....

Heimili (home):

1 hreinn, stóll

....

2 kringlóttur, borð

....

3 glæsilegur, lampi

....

4 rósóttur, motta

....

5 brúnn, teppi

....

6 köflóttur, sófi

....

7 lélegur, sjónvarp

....

8 nýr, tölva

....

9 ódýr, húsgagn

....

10 tómur, ísskápur

....

11 skítugur, ofn

....

12 óhreinn, gólf

....

13 hvítur, gluggi

....

14 fallegur, stofa

....

15 stór, svefnherbergi

....

16 meðalstór, baðherbergi

....

Eldhús (kitchen):

1 glær, glas

....

2 blár, diskur

....

3 beittur, hnífur

....

4 hvítur, brauðrist

....

5 svartur, kaffikanna

....

6 dýr, pottur

....

7 góður, panna

....

3 Number

15. æfing

A. Number of nouns

Endings for the plural:

masculine	feminine	neuter
1. m -ar	3. f -ur	5. n -u
2. m -ar	4. f -ir	6. n -

Put the nouns into the plural:
Ө Remember the u-umlaut!

1. m (-a, -ar)

The ending for the plural is: **-ar**

penni > pennar

1 banki ....
2 bolli ....
3 gluggi ....
4 skóli ....
5 jakki ....
6 kafli.....................
7 kennari ....
8 lampi ....
9 pabbi ....
10 poki.....................
11 sími ....
12 sófi ....

2. m (-s, -ar)

The ending for the plural is: **-ar**

dagur > dagar

1 hestur ....
2 diskur.....................
3 bíll ....
4 kjóll.....................
5 peningur ....
6 steinn.....................
7 strákur.....................
8 skápur ....
9 stóll ....

3. f (-u, -ur)

The ending for the plural is: **-ur**

kona > konur

1 stelpa ....
2 appelsína ....
3 flaska.....................
4 skyrta ....
5 úlpa ....
6 peysa ....
7 klukka ....
8 króna.....................
9 taska.....................
10 tölva ....
11 kisa.....................
12 pítsa ....
13 gata ....

4. f (–ar, –ir)

The ending for the plural is: **–ir**

borg > borgir

1 Ⲟ gjöf......................
2 ferð......................
3 þjóð ....
4 sveit ....
5 rós ....
6 mynd ....

5. n (–a, –u)

The ending for the plural is: **–u**

auga > augu

1 eyra ....
2 hjarta......................

6. n (–s, –)

The ending for the plural is: **– (no ending)**

borð > borð

1 Ⲟ barn......................
2 Ⲟ blað ....
3 Ⲟ land ....
4 epli ....
5 bréf......................
6 kort ....
7 Ⲟ fjall......................
8 frímerki ....
9 brauð......................
10 hús......................
11 kvöld ....
12 rúm......................
13 Ⲟ safn ....
14 Ⲟ sjónvarp ....
....
15 veski ....

16. æfing

B. Nouns

Put the nouns into the plural:

kjóll > kjólar

1 kjóll......................
2 peysa ....
3 skyrta ....
4 pils ....
5 veski ....
6 taska ....

7 sokkur......................
8 úlpa......................
9 jakki......................
10 skór......................
11 stígvél ....
12 vettlingur ....
....
13 hanski ....

14 kápa......................
15 frakki ....
16 húfa......................
17 hattur ....
18 vesti ....
19 belti ....

17. æfing
A. Number of the definite article

masculine	feminine	neuter
-nir	-nar	-(i)n

Put the definite article on the nouns:

1. m (-a, -ar)

The definite article in the plural is: **-nir**

pennar > pennarnir

1 bankar ....
2 bollar ....
3 gluggar ....
4 skólar ....
5 jakkar ....
6 kaflar ....
7 kennarar ....
8 lampar ....
9 pabbar ....
10 pokar ....
11 símar ....
12 sófar ....

2. m (-s, -ar)

The definite article in the plural is: **-nir**

dagar > dagarnir

1 hestar ....
2 diskar ....

3 bílar ....
4 kjólar ....
5 peningar ....
6 steinar ....
7 strákar ....
8 skápar ....
9 stólar ....

3. f (-u, -ur)

The definite article in the plural is: **-nar**

konur > konurnar

1 stelpur ....
2 appelsínur ....
3 flöskur ....
4 skyrtur ....
5 úlpur ....
6 peysur ....
7 klukkur ....
8 krónur ....
9 töskur ....
10 tölvur ....
11 kisur ....
12 pítsur ....
13 götur ....

4. f (-ar, -ir)

The definite article in the plural is: **-nar**

borgir > borgirnar

1 gjafir ....
2 ferðir ....
3 þjóðir ....
4 sveitir ....
5 rósir ....
6 myndir ....

5. n (-a, -u)

The definite article in the plural is: **-n**

augu > augun

1 eyru ....
2 hjörtu ....

6. n (-s, -)

The definite article in the plural is: **-in**

borð > borðin

1 börn ....

2 blöð ....   7 fjöll ....   12 rúm ....

3 lönd ....   8 frímerki ....   13 söfn ....

4 epli ....   9 brauð ....   14 sjónvörp ....

5 bréf ....   10 hús ....   15 veski ....

6 kort ....   11 kvöld ....

18. æfing

A. Number of nouns and numerals

numerals	masculine	feminine	neuter
1	einn	ein	eitt
2	tveir	tvær	tvö
3	þrír	þrjár	þrjú
4	fjórir	fjórar	fjögur
5	fimm	fimm	fimm

Compound numbers:
22 tuttugu og tveir
122 hundrað tuttugu og tveir

Put the numbers into the correct form:

1. m (–a, -ar)

(2) bankar > tveir bankar

(3) bollar ....
(102) gluggar
....
(4) skólar ....
(12) jakkar
....
(5) kaflar ....
(22) kennarar
....
(2) lampar ....
(43) pabbar
....
(7) pokar ....

(10) símar..
(1) sófar..

2. m (-s, -ar)

(4) hestar ....
(3) diskar ....
(2) bílar..
(1) kjólar..
(32) steinar
....
(54) strákar
....
(14) skápar
....
(8) stólar..

3. f (-u, -ur)

(2) stelpur > tvær stelpur

(4) appelsínur

....

(3) flöskur

....

(2) skyrtur

....

(6) úlpur ....

(10) peysur

....

(12) klukkur

....

(150) krónur

....

(34) töskur

....

(46) tölvur

....

(4) kisur..

(9) pítsur ....

(24) götur

....

4. f (-ar, -ir)

(4) gjafir ....

(3) ferðir ....

(2) þjóðir ....

(5) rósir ....

(19) myndir

....

5. n (-a, -u)

(2) augu > tvö augu

(3) eyru....................................

(2) hjörtu ....

6. n (-s, -)

(4) börn ....

(6) blöð ....

(10) lönd

....

(3) epli ....

(5) bréf....................................

(15) kort

....

(2) fjöll....................................

(100) frímerki

....

(89) brauð

....

(13) hús

....

(76) kvöld

....

(45) rúm

....

(31) söfn

....

(16) sjónvörp

....

(27) veski

....

19. æfing

A. Number of nouns and adjectives 1

Plural:

masculine	feminine	neuter
-ir	-ar	-
falleg-ir	falleg-ar	falleg-
grann-ir	grann-ar	Ѳ grönn-

Remember the u-umlaut! Ѳ

Masculine:

A.

gulur, penni > gulir pennar

1 hvítur, bolli

....

2 ljótur, gluggi

....

3 skemmtilegur, skóli

....

4 fallegur, jakki

....

5 kátur, kennari

....

B.

1 rólegur, dagur

....

2 duglegur, hestur

....

3 fallegur, diskur

....

4 hvítur, bíll

....

5 sætur, strákur

....

Feminine:

A.

alvarlegur, kona > alvarlegar konur

1 grannur, stelpa

....

2 gulur, appelsína

....

3 hvítur, skyrta

....

4 fallegur, úlpa

....

5 ljótur, peysa

....

6 latur, kisa

....

7 rólegur, gata

....

B.

1 skemmtilegur, borg

....

2 fallegur, gjöf

....

3 gulur, rós

....

4 alvarlegur, mynd

....

Neuter:

A.

fallegur, auga > falleg augu

1 ljótur, eyra

....

B.

2 Ѳ latur, barn

3 hvítur, blað

....

4 skemmtilegur, land

....

5 gulur, epli

....

6 fallegur, bréf

....

7 rólegur, kvöld

....

28

20. æfing

A. Number of nouns and adjectives 2

Plural:

masculine	feminine	neuter
brún-ir	brún-ar	brún-
gaml-ir	gaml-ar	Ø gömul-

Masculine:

A.

brúnn, penni

> brúnir pennar

1 fínn, banki

....

2 gamall, bolli

....

3 heill, gluggi

....

4 hreinn, jakki

....

5 grænn, lampi

....

B.

1 brúnn, hestur

....

2 heill, diskur

....

3 grænn, bíll

....

4 fínn, kjóll

....

Feminine:

A.

fínn, kona

> fínar konur

1 heill, appelsína

....

2 hreinn, flaska

....

3 gamall, skyrta

....

4 grænn, úlpa

....

5 brúnn, peysa

....

6 fínn, taska

....

B.

1 hreinn, borg

....

2 fínn, rós

....

Neuter:

A.

brúnn, auga

> brún augu

1 hreinn, eyra

....

2 Ø gamall, hjarta

....

B.

1 hreinn, barn

....

2 Ø gamall, blað

....

3 fínn, land

....

4 grænn, epli

....

5 brúnn, hús

....

21. æfing
A. Number of nouns and adjectives 3

Plural:

masculine	feminine	neuter
blá-ir	blá-ar	blá-

Masculine:
A.
blár, penni
> bláir pennar

1 nýr, banki
....

2 grár, bolli
....

3 mjór, kennari
....

4 blár, lampi
....

B.
1 nýr, dagur
....

2 blár, diskur
....

3 grár, bíll
....

4 mjór, strákur
....

Feminine:
A.
mjór, kona
> mjóar konur

1 grár, flaska
....

2 blár, skyrta
....

3 nýr, úlpa
....

4 mjór, stelpa
....

B.
1 grár, borg
....

2 nýr, gjöf
....

3 blár, rós
....

Neuter:
A.
blár, auga
> blá augu

1 grár, auga
....

2 nýr, hjarta
....

B.
1 mjór, barn
....

2 nýr, blað
....

3 nýr, epli
....

4 blár, fjall
....

5 grár, hús
....

22. æfing
A. Number of nouns and adjectives 4

Plural:

masculine	feminine	neuter
rauð-ir	rauð-ar	rauð-
glað-ir	glað-ar	Ө glöð-

Remember the u-umlaut! Ө

Masculine:	Feminine:	Neuter:
A.	**A.**	**A.**

rauður, penni > rauðir pennar

hræddur, kona > hræddar konur

rauður, auga > rauð augu

Masculine	Feminine	Neuter
1 góður, banki	1 glaður, stelpa	1 rauður, eyra
....	....	....
2 rauður, bolli	2 góður, appelsína	2 Ө glaður, hjarta
....	....	....
3 glaður, kennari	3 rauður, taska	
....	....	**B.**
	4 hræddur, kisa	1 Ө glaður, barn
B.	....	....
1 góður, dagur		2 góður, blað
....	**B.**	....
2 hræddur, hestur	1 góður, gjöf	3 rauður, veski
....	....	....
3 rauður, kjóll	2 rauður, rós	
....	....	
4 glaður, strákur		
....		

23. æfing

A. Number of nouns and adjectives 5

Plural:

masculine	feminine	neuter
dýr-ir	dýr-ar	dýr
ljós-ir	ljós-ar	ljós

Masculine:

A.

dýr, penni

> dýrir pennar

1 stór, poki

....

2 ljós, jakki

....

3 kurteis, kennari

....

4 dýr, sófi

....

B.

1 vitlaus, hestur

....

2 ljós, kjóll

....

3 kurteis, strákur

....

4 stór, skápur

....

5 dýr, stóll

....

Feminine:

A.

kurteis, kona

> kurteisar konur

1 vitlaus, kisa

....

2 ljós, peysa

....

3 dýr, tölva

....

B.

1 dýr, borg

....

2 kurteis, þjóð

....

3 stór, mynd

....

Neuter:

A.

stór, auga > stór augu

1 stór, eyra

....

2 ljós, auga

....

B.

1 kurteis, barn

....

2 ljós, blað

....

3 stór, fjall

....

4 dýr, sjónvarp

....

24. æfing

A. Number of nouns and adjectives 6

Plural:

masculine	feminine	neuter
vond-ir	vond-ar	vond-
kald-ir	kald-ar	Ⓞ köld-

Masculine:

A.

svartur, penni

> svartir pennar

1 vondur, bolli

   ....

2 ljóshærður, kennari

   ....

3 dökkhærður, pabbi

   ....

4 svartur, sími

   ....

B.

1 vondur, hestur

   ....

2 kaldur, fiskur

   ....

3 dökkhærður, strákur

   ....

4 svartur, stóll

   ....

Feminine:

A.

dökkhærður, kona

> dökkhærðar konur

1 ljóshærður, stelpa

   ....

2 vondur, appelsína

   ....

3 svartur, kisa

   ....

4 kaldur, pítsa

   ....

B.

1 vondur, mynd

   ....

Neuter:

A.

vondur, hjarta

> vond hjörtu

1 Ⓞ kaldur, hjarta

   ....

B.

2 vondur, barn

   ....

3 vondur, epli

   ....

4 Ⓞ svartur, hús

   ....

25. æfing
B. Nouns and adjectives

Put the nouns and adjectives into the plural:
O Remember the u-umlaut!

1. m (-a, -ar)

gulur, penni
> gulir pennar

1 stór, banki

2 blár, bolli

3 fallegur, gluggi

4 skemmtilegur, skóli

5 rauður, jakki

6 langur, kafli

7 glaður, kennari

8 brúnn, lampi

9 fínn, pabbi

10 svartur, poki

11 bleikur, sími

12 þægilegur, sófi

2. m (-s, -ar)

góður, dagur
> góðir dagar

1 stór, hestur

2 hreinn, diskur

3 blár, bíll

4 svartur, kjóll

5 grár, peningur

6 fallegur, steinn

7 glaður, strákur

8 ljótur, skápur

9 nýr, stóll

3. f (-u, -ur)

latur, kona
> latar konur

1 duglegur, stelpa

2 góður, appelsína

3 grænn, flaska

4 hvítur, skyrta

5 rauður, úlpa

6 hlýr, peysa

7 dýr, klukka

8 nýr, taska

....

9 ódýr, tölva

....

10 fallegur, kisa

....

11 heitur, pítsa

....

12 skemmtilegur, gata

....

4. f (-ar, -ir)

stór, borg
> stórar borgir

1 góður, gjöf

....

2 skemmtilegur, ferð

....

3 fallegur, sveit

....

4 rauður, rós

....

5 nýr, mynd

....

5. n (-a, -u)

blár, auga > blá augu

1 brúnn, eyra

....

2 rauður, hjarta

....

6. n (-s, -)

svartur, borð
> svört borð

1 glaður, barn

....

2 nýr, blað

....

3 blár, land

....

4 rauður, epli

....

5 skemmtilegur, bréf

....

6 fallegur, kort

....

7 hár, fjall

....

8 dýr, frímerki

....

9 góður, brauð

....

10 gulur, hús

....

11 góður, kvöld

....

12 vondur, rúm

....

13 leiðinlegur, safn

....

14 svartur, sjónvarp

....

15 ódýr, veski

....

26. æfing

B. Nouns and adjectives

Put the nouns and adjectives in the plural:

Fólk (people):

frekur strákur > frekir strákar

1 góður strákur

   ....

2 skemmtileg stelpa

   ....

3 dugleg stúlka

   ....

4 stór kona

   ....

5 dökkhært barn

   ....

6 vondur krakki

   ....

7 latur unglingur

   ....

Föt (clothing) :

(3) grár kjóll > þrír gráir kjólar

8 (2) grænn kjóll

   ....

9 (2) gul peysa

   ....

10 (4) blá skyrta

   ....

11 (4) svart pils

   ....

12 (4) hvítur sokkur

   ....

13 (3) brún úlpa

   ....

14 (3) rauður jakki

   ....

15 appelsínugulur skór

   ....

16 grátt stígvél

   ....

17 (2) fjólublá kápa

   ....

18 (4) blár frakki

   ....

19 (3) svört húfa

   ....

20 gulur hattur

   ....

21 fallegt vesti

   ....

22 appelsínugult belti

   ....

23 brúnn vettlingur

   ....

24 grár hanski

   ....

25 brúnt veski

....

26 rauð taska

....

Heimili (home):

27 hreinn stóll

....

28 kringlótt borð

....

29 glæsilegur lampi

....

30 rósótt motta

....

31 brúnt teppi

....

32 köflóttur sófi

....

33 lélegt sjónvarp

....

34 ný tölva

....

35 ódýrt húsgagn

....

36 tómur ísskápur

....

37 skítugur ofn

....

38 óhreint gólf

....

39 hvítur gluggi

....

40 falleg stofa

....

41 stórt svefnherbergi

....

42 meðalstórt baðherbergi

....

Eldhús (kitchen):

43 glært glas

....

44 blár diskur

....

45 beittur hnífur

....

46 hvít brauðrist

....

47 svört kaffikanna

....

48 dýr pottur

....

49 góð panna

....

27. æfing

B. Nouns and adjectives

Put the sentences into the singular:
Plural: Singular:
hestarnir eru fljótir > hesturinn er fljótur

1 Bollarnir eru skítugir
....

2 Blómin eru gul
....

3 Diskarnir eru bláir
....

4 Fiskarnir eru gráir
....

5 Húsin eru há
....

6 Glösin eru tóm
....

7 Pönnurnar eru heitar
....

8 Könnurnar eru fullar
....

9 Brauðin eru heil
....

10 Hnífarnir eru beittir
....

11 Krakkarnir eru óþægir
....

12 Fjöllin eru blá
....

13 Tjarnirnar eru grænar
....

14 Strákarnir eru óhreinir
....

15 Löndin eru falleg
....

16 Gjafirnar eru góðar
....

17 Rúmin eru þægileg
....

18 Eplin eru ný
....

19 Föturnar eru tómar
....

20 Pokarnir eru svartir
....

4 Verbs – Present tense

28. æfing
A. Verbs – First class

baka v (-aði)		
singular:	plural:	
1. p. ég baka-	1. p. við bök-um	u-umlaut!
2. p. þú baka-r	2. p. þið bak-ið	
3. p. hann baka-r	3. p. þeir bak-a	

Provide the correct forms of the following verbs:

1 Baka: Hann _bakar_ brauð

2 Baka: Við .... kökur

3 Baka: Þið .... kökur

4 Borða: Ég .... mat

5 Borða: Þið .... pítsu

6 Borða: Þú .... pasta

7 Borga: Hann .... matinn

8 Borga: Við .... reikningana

9 Borga: Þú .... miðann

10 Byrja: Hann .... að lesa bókina

11 Byrja: Þið .... á matnum

12 Dansa: Þú .... við konuna

13 Dansa: Við .... líka

14 Elda: Hann .... matinn

15 Elda: Þið .... fisk

16 Hita: Ég .... súpu

17 Hita: Þið .... vatn

18 Hjálpa: Hún .... honum

19 Hjálpa: Þeir .... henni

20 Hækka: Við .... hitann

21 Hækka: Þú .... verðið

22 Kosta: Bókin .... krónur

23 Kosta: Bílarnir .... mikið

24 Lána: Ég .... þér peninga

25 Lána: Þið .... okkur

26 Mála: Ég .... mynd

27 Mála: Við .... myndir

28 Prjóna: Hún .... peysu

29 Prjóna: Við .... sokka

30 Safna: Þú .... frímerkjum

31 Safna: Við .... frímerkjum

32 Sauma: Hann .... buxur

33 Sauma: Við .... skyrtur

34 Skamma: Hún .... börnin

35 Skamma: Við .... ykkur

36 Skoða: Ég .... safn

37 Skoða: Þeir .... sýningu

38 Skrifa: Hann .... bréf

39 Skrifa: Við .... kort

40 Sofna: Við ....

41 Sofna: Þú .... seint

42 Stafa: Við .... nafnið okkar

43 Stafa: Ég .... nafnið mitt

44 Stjórna: Hann .... fyrirtækinu

45 Stjórna: Við .... engu

46 Stækka: Barnið ....

47 Stækka: Þið .... líka

48 Tala: Við .... íslensku

49 Tala: Ég .... ensku

50 Tala við: Þú .... mig

51 Tala við: Þeir .... okkur

52 Tala um: Hann .... hana

53 Tala um: Þeir .... þær

54 Tapa: Hann .... leiknum

55 Tapa: Við .... peningum

56 Teikna: Stelpan ....
fallega mynd

57 Teikna: Þið .... líka

58 Þakka: Ég .... þér

59 Þakka: Við .... fyrir okkur

29. æfing

A. Verbs – Second class

synd/a v (-ti)		reyk-j/a v (-ti) the j-rule!	
singular:	plural:	singular:	plural:
1. p. ég synd-i	við synd-um	1. p. ég reyk-i	við reyk-j-um
2. p. þú synd-ir	þið synd-ið	2. p. þú reyk-ir	þið reyk-ið
3. p. hann synd-ir	þeir synd-a	3. p. hann reyk-ir	þeir reyk-j-a

Provide the correct forms of the following verbs in present tense:

1 Gera: Hann *gerir* ....ekkert

2 Gera: Þeir .... mistök

3 Gleyma: Ég .... henni

4 Gleyma: Við .... þeim

5 Greiða: Hann .... sér

6 Greiða: Þið .... reikninga

7 Heita: Hvað .... þú?

8 Heita: Ég .... (nafn þitt)

9 Hitta: Þú .... marga
útlendinga

10 Hitta: Við .... líka
Íslendinga

11 Horfa á: Hann ....
sjónvarpið

12 Horfa á: Þær ....
kvikmynd

13 Hringja í: Ég .... þig

14 Hringja í: Þið .... þau

15 Hætta: Hann ....
að reykja

16 Hætta: Við ....
í vinnunni

17 Keyra: Ég .... bílinn

18 Keyra: Við .... rútu

19 Kyssa: Hann .... hana

20 Kyssa: Þær .... þá

21 Lifa: Við .... lengi

22 Lifa: Þú .... góðu lífi

23 Læra: Þú .... heima

24 Læra: Þið .... líka heima

25 Læsa: Við .... dyrunum

26 Læsa: Hann .... bílnum

27 Nenna: Ég .... ekki í bíó

28 Nenna: Við .... ekki
út í kvöld

29 Reykja: Hann .... vindla

30 Reykja: Þið .... sígarettur

31 Rigna: Það ....

32 Segja: Ég .... sögu

33 Segja: Þau .... brandara

34 Senda: Hún .... bréfið
35 Senda: Við .... kortin
36 Synda: Hann .... daglega
37 Synda: Þið ....
    í sundlauginni
38 Vaka: Við .... lengi
39 Vaka: Ég .... líka

40 Þegja: Hún ....
41 Þegja: Þeir .... líka
42 Þekkja: Þú .... marga
    Íslendinga
43 Þekkja: Við .... margt
    fólk

30. æfing

A. Verbs – Third class

In this class the verbs are mostly irregular (strong). There are also some regular (weak) verbs.

Some have i-umlaut from infinitive to present tense singular. Some do not have vowel shift.

bjóða	i-umlaut!		sitja	
sing.	plur.		sing.	plur.
1. p. ég býð-	1. p. við bjóð-um		1. p. ég sit-	1. p. við sit-j-um
2. p. þú býð-ur	2. p. þið bjóð-ið		2. p. þú sit-ur	2. p. þið sit-j-ið
3. p. hann býð-ur	3. p. þeir bjóð-a		3. p. hann sit-ur	3. p. þeir sit-j-a

Note the j-rule! *Provide the correct forms of the following verbs:*

With i-umlaut:

1 Bjóða: Ég ...*býð*............. þér í bíó
2 Bjóða: Þau .... okkur í mat
3 Brjóta: Ég .... stundum
   diskana
4 Brjóta: Börnin .... glösin sín
5 Fljúga: Flugvélin ....
   til Akureyrar
6 Fljúga: Fuglarnir .... hátt
7 Ganga: Þú .... mikið
8 Ganga: Krakkarnir ....
   í skólann

9 Hlaupa: Konan ....
   á morgnana
10 Hlaupa: Þú ....
    hraðar en ég
11 Hlaupa: Þær ....
    í kvennahlaupinu
12 Koma: Strákurinn ....
    of seint í skólann
13 Koma: Þið .... til
    okkar á morgun
14 Ljúka: Ég .... bókinni

15 Ljúka: Þið .... við matinn ykkar

16 Njóta: .... þið lífsins?

17 Njóta: Ég .... þess að læra íslensku

18 Sjóða: Þú .... eggin of lengi

19 Sjóða: Við .... vatn í kaffið

20 Slökkva: Ég .... ljósið

21 Slökkva: Þeir .... á útvarpinu

22 Standa: Ég .... og horfi á sólarlagið

23 Standa: Þau .... upp og fara

24 Taka: Við .... strætó í vinnuna

25 Taka: Ég .... í höndina á þér

Without i-umlaut:

26 Bíða: Ég *bíð* .... ekki eftir þér

27 Bíða: Þau .... lengi eftir strætó

28 Detta: Börnin .... oft

29 Detta: Hesturinn .... í ánni

30 Drekka: Ég .... mikið vatn

31 Drekka: Hundurinn .... mjólk úr skál

32 Flytja: Ég .... í nýja íbúð á morgun

33 Flytja: Þau .... til útlanda í vor

34 Gefa: Þú .... henni fallega gjöf

35 Gefa: Þeir .... börnunum peninga

36 Geta: Stelpurnar .... ekki farið í skólann

37 Geta: Ég .... sungið fallega

38 Leggja: Barnið .... sig á daginn

39 Leggja: Þú .... bílnum ólöglega

40 Liggja: Þær .... í rúminu

41 Liggja: Strákarnir .... í heita pottinum

42 Selja: Maðurinn .... ís

43 Selja: Við .... fisk og brauð

44 Sitja: Ég .... í hægindastólnum

45 Sitja: .... þú í nýja stólnum?

46 Skilja: .... þú íslensku?

47 Skilja: Ég .... ekki frönsku

48 Sleppa: Krakkarnir .... hundinum lausum

49 Sleppa: Þið .... ekki heimavinnunni

50 Syngja: Þið .... svolítið hátt

51 Syngja: Fuglarnir .... yndislega

52 Telja: Hann .... peningana sína

53 Telja: Börnin .... fingurna

54 Vekja: Mamman .... börnin sín í skólann

55 Vekja: .... þið okkur í fyrramálið?

56 Velja: Ég .... bíómynd

57 Velja: Þeir .... ný föt

58 Þiggja: Þeir .... boðið

59 Þiggja: Hann .... ekki peningana

31. æfing

A. Verbs – Fourth class

This is a small class of verbs, both weak and strong. The stem ends in a vowel, -r or -s. Verbs in this class often have a vowel shift: i-umlaut.

The stem ends in a vowel:	The stem ends in -r:	The stem ends in -s:
þvo-	far-a	les-a
1. p. ég þvæ-	1. p. ég fer-	1. p. ég les-
2. p. þú þvæ-rð	2. p. þú fer-ð	2. p. þú les-t
3. p. hann þvæ-r	3. p. hann fer-	3. p. hann les-
1. p. við þvo-um	1. p. við för-um	1. p. við les-um
2. p. þið þvo-ið	2. p. þið far-ið	2. p. þið les-ið
3. p. þeir þvo-	3. p. þeir far-a	3. p. þeir les-a

Note the j-rule! *Provide the correct forms of the following verbs:*

1 Búa: Ég ..*bý*.............. í Reykjavík

2 Búa: Þau .... nálægt okkur

3 Búa: .... þú í Hafnarfirði?

4 Fara: Börnin .... í sund í dag

5 Fara: Ég .... í vinnuna

6 Fara: Hvenær .... strætó?

7 Fá: Þú .... fisk í matinn

8 Fá: Krakkarnir .... hund

9 Fá: Konan .... gesti í kvöld

10 Hlæja: Þú .... mjög hátt

11 Hlæja: Þær .... mikið saman

12 Hlæja: Strákurinn .... að bíómyndinni

13 Kjósa: Þið .... forseta

14 Kjósa: Ég .... að fara ekki

15 Kjósa: Þú .... rétta staðinn

16 Lesa: .... þið mikið?

17 Lesa: Ég .... íslensku á hverjum degi

18 Lesa: Þú .... vel

19 Ná: Við .... í kaffið

20 Ná: Ég .... í þig í kvöld

21 Ná: Þær .... góðum framburði

22 Spyrja: Strákurinn .... margra spurninga

23 Spyrja: Þið .... kennarann

24 Spyrja: Ég .... engan leyfis

25 Sjá: Þið .... útsýnið vel

26 Sjá: .... þú vel?

27 Sjá: Ég .... um þetta

28 Skera: Þú .... brauðið

29 Skera: Við .... kjötið

30 Skera: Ég .... mig

31 Slá: Þið .... grasið

32 Slá: Barnið .... hundinn

33 Slá: Við .... aldrei neinn

34 Þvo: .... þú börnunum?

35 Þvo: Pabbinn .... gluggana

36 Þvo: Hún .... bílinn

32. æfing

3. *Provide the correct forms of the following verbs (all classes):*

1 Bíða: Ég _bíð_ eftir þér

2 Bíða: Þið .... eftir okkur

3 Bjóða: Hann .... okkur í afmæli

4 Bjóða: Þær .... ykkur í kvöldmat

5 Borða: Strákurinn .... mikið sælgæti

6 Borða: Stelpurnar .... samlokur

7 Borga: Maðurinn .... símreikninginn

8 Borga: Strákarnir .... leigu

9 Búa: Hvar .... þú?

10 Búa: Við .... í Reykjavík

11 Byrja: Hann .... að skrifa ritgerð

12 Byrja: Þeir .... snemma

13 Drekka: Þú .... mjólk

14 Drekka: Við .... bara vatn

15 Elda: Kokkurinn .... góðan mat

16 Elda: Þið .... sjaldan

17 Fá: Stelpan .... nýja skó

18 Fá: Við .... jólagjafir

19 Fara: Þú .... oft í bíó

20 Fara: Við .... stundum á kaffihús

21 Ganga: Skiptineminn .... stundum í skólann

22 Ganga: Þið .... á Esjuna

23 Gefa: Hún .... systur sinni fallega gjöf

24 Gefa: Við .... margar jólagjafir

25 Gera: Hvað .... hann?

26 Gera: Við .... margt skemmtilegt saman

27 Geta: .... þú hjálpað mér með heima vinnuna?

28 Geta: Við .... farið í bíó í kvöld

29 Gleyma: Hann .... bókinni heima

30 Gleyma: Þeir .... stundum bókunum heima

31 Greiða: Stelpan .... alla reikningna

32 Greiða: Við .... okkur á sunnudögum

33 Heita: Hvað .... þú?

34 Hitta: Ég .... þig í kvöld

35 Hitta: Þið .... okkur á kaffihúsi

36 Hlæja: Strákurinn .... hátt

37 Hlæja: Þau .... stundum í bíó

38 Hlaupa: Þú .... á hverjum degi

39 Hlaupa: Við .... á mánudögum

40 Horfa: Vinur minn .... oft á fréttirnar

41 Horfa: Við .... stundum á veðurfréttir

42 Hringja: Hann .... í
þig í kvöld

43 Hringja: Þeir .... í
neyðarnúmerið 112

44 Koma: Hvenær ....
þú heim í kvöld?

45 Koma: Við .... í veisluna

46 Kosta: Hvað .... þetta?

47 Kosta: Buxurnar ....
7.500 krónur

48 Læra: Ég .... íslensku

49 Læra: Þið .... alltaf heima

50 Lesa: Hann ....
bókina Blómin á þakinu

51 Lesa: Þið .... dagblöðin

52 Ná: Strákurinn .... strætó

53 Ná: Ég .... í krakkana

54 Nenna: Kærastan mín ....
ekki í bíó

55 Nenna: Við .... ekki
að fara út í kvöld

56 Segja: Kærastinn minn ....
skemmtilega brandara

57 Segja: Hvað .... þið gott?

58 Selja: Maðurinn .... bílinn

59 Selja: Þær ....
harðfisk í Kolaportinu

60 Senda: Þú ....
póstkort til vina þinna

61 Senda: Við .... oft
bréf heim

62 Sjá: .... þú norðurljósin?

63 Sjá: Við .... Perluna

64 Skilja: .... þú íslensku?

65 Skilja: Við .... þig mjög vel

66 Skoða: Nemandinn ....
listasafn

67 Skoða: Við .... myndir

68 Skrifa: Ég .... ritgerð

69 Skrifa: Krakkarnir .... stíla

70 Slökkva: Ég .... ljósið

71 Slökkva: Þið .... á
sjónvarpinu

72 Sofna: Barnið ....
alltaf snemma

73 Sofna: Við .... seint

74 Spyrja: Nemandinn ....
kennarann margra spurninga

75 Spyrja: Kennararnir ....
stundum líka

76 Synda: Þú .... daglega

77 Synda: Þau .... í
Bláa lóninu

78 Taka: Hann .... leigubíl

79 Taka: Við .... rútuna

80 Tala: Konan ....
ensku og þýsku

81 Tala: Við .... saman

82 Tala: Ég .... við strákinn

83 Tala: Þið .... við okkur

84 Telja: Við .... peninga

85 Telja: Hann .... kindur

86 Þakka: Við .... fyrir matinn

87 Þakka: Hann .... fyrir sig

88 Þekkja: Þau .... margt fólk

89 Þekkja: Ég .... þig

90 Þvo: Stelpurnar ....
þvottinn

91 Þvo: Strákurinn ....
sér í framan

5 Declension of nouns, the definite article, adjectives and numerals

33. æfing

A. Declension (nouns)

1. m (-a, -ar)

1 Hann lokar (+dat.)

..*glugga*.................... (gluggi)

2 Hann opnar (+acc.)

.... (gluggi)

3 Hún fer í (+acc.) .... (banki)

4 Þau taka peninga út úr (+dat.)

.... (banki)

5 Hann drekkur (+acc.)

.... (appelsínusafi)

6 Hún kaupir (+acc.) ....

(lampi) og .... (sófi)

7 Hann er í (+dat.) .... (jakki)

8 Hann fer í (+acc.)

...........................(jakki)

9 Hún á (+acc.) .... (penni)

10 Þau eiga (+acc.) .... (sími)

11 Viltu (+acc.) .... (poki)

12 Hún þvær (+acc.) .... (bolli)

2. m (-s, -ar)

1 Hún borðar (+acc.)

...........................(fiskur)

2 Konan brýtur (+acc.)

.... (diskur)

3 Maðurinn á (+acc.) .... (bíll)

4 Hún kemur í (+acc.)

...........................(dagur)

5 Stelpan á (+acc.) .... (hestur)

6 Maturinn er inni í (+dat.)

.... (ísskápur)

7 Konan er í (+dat.) .... (kjóll)

8 Börnin borða (+acc.)

...........................(ostur)

9 Stelpan kastar (+dat.)

.... (steinn)

10 Stelpan sér (+acc.) .... (strákur)

3. f (-u, -ur)

1 Ég fer í heimsókn til (+gen.)

.... (amma)

2 Krakkarnir eiga (+acc.)

.... (fjölskylda)

3 Hann er með (+dat.)

.... (frænka) sinni

4 Þau ganga á (+dat.)

...........................(gata)

5 Ég ætla að fá (+acc.)

.... (kókflaska)

6 Stelpan klappar (+dat.)

.... (kisa)

7 Ert þú með (+acc.)

.... (klukka)?

8 Konan er í (+dat.)

...........................(peysa)

9 Strákurinn er í (+dat.)

.........................(skyrta)

10 Stelpan er með (+acc.)

.... (taska)

11 Ég ætla að panta (+acc.)

.... (pítsa)

12 Hún verður í (+acc.)

........................(vika)

4. f (-ar, -ir)

1 Konan býr í (+dat.) .... (borg)

2 Þau fara til (+gen.) .... (borg)

3 Áttu (+acc.) .... (mjólk)?

4 Hann fer út í (+acc.) .... (búð)

5 Öndin syndir á (+dat.)

.... (tjörn)

5. n (-a, -u)

1 Þú ert með (+acc.) falleg

.... (auga) - plur.

2 Hann er með (+acc.) lítil

.... (eyra) - plur.

6. n (-s, -)

1 Stelpan skrifar (+acc.)

.... (bréf)

2 Mamma hennar svarar (+dat.)

.... (bréf)

3 Hún býr í (+dat.) .... (hús)

4 Ég borða (+acc.)

.... (súkkulaði)

5 Viltu (+acc.) .... (epli)

6 Nei, ég vil (+acc.)

.... (brauð)

með (+dat.) .... (smjör)

7 Þau horfa á (+acc.)

.... (sjónvarp)

8 Viltu (+acc.) .... (kaffi)?

9 Stelpan liggur í (+dat.)

.... (rúm)

34. æfing

B. *Construct sentences of the following elements:*

Eldhúsið

The verbs that are 1/acc. belong to the first class and take accusative.

1 Ég, hita (1/acc.), kaffi

   Ég hita kaffi

2 Hann, elda (1/acc.), matur

....

3 Þau, borða (1/acc.), pítsa

....

4 Hún, baka (1/acc.), kaka

....

5 Ég, vaska upp (1/acc.), diskur

....

(put the object into the plural)

6 Hann, drekka (3/acc.), vatn

....

7 Ég, ganga frá (3/dat.), glas og diskur ....

....

(put the objects into the plural)

Stofan

1 Ég, hlusta (1/acc.) á, útvarp

....

2 Hann, horfa (2/acc.) á, sjónvarp

....

3 Þú, hvíla (2/acc.), þú

....

4 Við, lesa (4/acc.), bók

....

Baðherbergið

1 Ég, bursta (1/acc.), tennur (f. plur.)

....

2 Ég, mála (1/acc.), ég

....

3 Ég, fara (4/acc.) í, bað

....

4 Þú, þurrka (1/dat.), þú

....

Svefnherbergið

1 Ég, hátta (1/acc.), ég

....

2 Þú, klæða (2/acc.), þú

....

3 Ég, sofa (3), vel

....

4 Hann sofna (1), fljótt

....

5 Þið, vakna (2), snemma

....

6 Hún, fara (4), á fætur

....

Þvottahúsið

Find the class of the verbs and what case they take in Learning Icelandic.

1 Hann, þvo, þvottur

....

2 Þið, brjóta saman, þvottur

....

3 Við, hengja upp, þvottur

....

4 Ég setja í, þurrkari

....

35. æfing

A. Nouns and the definite article

Put in the correct forms of the nouns and add the definite article:
hann sér (+acc.) .... (hestur) > hann sér hestinn

1. m (-a, -ar)

1 Hann lokar (+dat.)

.... (gluggi)

2 Hann opnar (+acc.)

.... (gluggi)

3 Hún fer í (+acc.) .... (banki)

4 Þau taka peninga út úr (+dat.)

.... (banki)

5 Hann drekkur (+acc.)

.... (appelsínusafi)

6 Hún kaupir (+acc.) ....

(lampi) og ....(sófi)

7 Hann er í (+dat.) .... (jakki)

8 Hann fer í (+acc.) .... (jakki)

9 Hún á (+acc.) .... (penni)

10 Viltu (+acc.) .... (poki)?

11 Hún þvær (+acc.) .... (bolli)

12 Þau eiga (+acc.) .... (sími)

2. m (-s, -ar)

1 Hún borðar (+acc.)

.... (fiskur)

2 Konan brýtur (+acc.)

.... (diskur)

3 Maðurinn á (+acc.) .... (bíll)

4 Stelpan á (+acc.) .... (hestur)

5 Maturinn er inni í (+dat.)

.... (ísskápur)

6 Konan er í (+dat.)

.... (kjóll)

7 Börnin borða (+acc.)

.... (ostur)

8 Stelpan kastar (+dat.)

.... (steinn)

9 Hún sér (+acc.)

.... (strákur)

3. f (-u, -ur)

1 Þau ganga á (+dat.)

.... (gata)

2 Stelpan klappar (+dat.)

.... (kisa)

3 Konan er í (+dat.) .... (peysa)

4 Strákurinn er í (+dat.)

.... (skyrta)

5 Stelpan er með (+acc.)

.... (taska)

6 Ég fer í heimsókn til (+gen.)

.... (amma)

7 Þau ætla að panta (+acc.)

.... (pítsa)

4. f (–ar, –ir)

1 Konan býr í (+dat.) .... (borg)

2 Þau fara til (+gen.) .... (borg)

3 Hann fer inn í (+acc.) .... (búð)

4 Öndin syndir á (+dat.)

.... (tjörn)

5. n (–a, –u)

1 Ég elda (+acc.) .... (pasta)

2 Hann lokar (+dat.)

.... (auga - plur.)

3 Hann opnar (+acc.)

.............................(auga - plur.)

6. n (–s, –)

1 Stelpan skrifar (+acc.)

.... (bréf)

2 Mamma hennar svarar (+dat.)

.... (bréf)

3 Hún býr í (+dat.) .... (hús)

4 Ég borða (+acc.)

.... (súkkulaði)

5 Viltu (+acc.) .... (epli)?

6 Þau horfa á (+acc.)

.... (sjónvarp)

7 Stelpan liggur í (+dat.)

....(rúm)

8 Viltu (+acc.) .... (kaffi)?

36. æfing

A. Declension of nouns and the definite article in the plural

Provide the correct cases of the following nouns in the plural.

The nouns with the definite article retain it – the others don't.

1. m (–a, –ar)

1 Þeir loka (+dat.)

.skólunum............ (skóli-nn)

2 Hann opnar (+acc.)

.... (gluggi-nn)

3 Þau fara í (+acc.)

.... (frakki)

4 Þau taka peninga út úr (+dat.)

.... (banki)

5 Hún kaupir (+acc.)

.... (lampi)

6 Hann talar við (+acc.)

.... (krakki-nn)

7 Hún á (+acc.) .... (penni)

8 Viltu (+acc.) .... (poki)?

9 Hún þvær (+acc.)

.... (bolli-nn)

2. m (-s, -ar)

1 Konan brýtur (+acc.)
.... (diskur-inn)

2 Maðurinn á (+acc.) .... (bíll)

3 Stelpan á (+acc.) .... (hestur)

4 Stelpan kastar (+dat.)
.... (steinn)

5 Stelpan sér (+acc.)
.... (strákur-inn)

3. f (-u, -ur)

1 Ég fer í heimsókn til (+gen.)
.... (stelpa-n)

2 Krakkarnir eiga (+acc.)
.... (fjölskylda)

3 Hann er með (+dat.)
.... (frænka) sinni

4 Þau ganga á (+dat.)
.... (gata)

5 Ég ætla að fá (+acc.)
.... (kókflaska)

6 Stelpan klappar (+dat.)
.... (kisa-n)

7 Stelpurnar eru með (+acc.)
.... (taska)

8 Ég ætla að panta (+acc.)
.... (pítsa)

9 Hún verður í tvær (+acc.)
.... (vika)

4. f (-ar, -ir)

1 Margir búa í (+dat.)
.... (borg)

2 Þau fara til margra (+gen.)
.... (borg)

3 Áttu (+acc.) .... (rós)?

4 Hann fer í margar (+acc.)
.... (búð)

5 Þau horfa á (+acc.)
.... (mynd)

5. n (-a, -u)

1 Þú ert með (+acc.) falleg
.... (auga)

2 Hann er með (+acc.) lítil
.... (eyra)

6. n (-s, -)

1. Stelpurnar skrifa (+acc.)
.... (bréf) til foreldra sinna

2. Foreldrar þeirra svara (+dat.)
.... (bréf-ið)

3. Þau búa í (+dat.) .... (hús)

4. Áttu (+acc.) .... (epli)?

37. æfing

A. Declension of nouns and adjectives 1

1. m (-a, -ar)

1 Hann drekkur (+acc.) _sætan appelsínusafa_ (sætur, appelsínusafi)

2 Hann er í (+dat.) .... (fallegur, jakki)

3 Hann fer í (+acc.) .... (ljótur, jakki)

4 Hann á (+acc.) .... (gulur, penni)

5 Hann skrifar með (+dat.) .... (gulur, penni)

6 Hún þvær (+acc.) .... (skítugur, gluggi)

7 Hún er í (+dat.) .... (skemmtilegur, skóli)

2. m (-s, -ar)

1 Hún borðar (+acc.) .... (feitur, fiskur)

2 Konan brýtur (+acc.) .... (fallegur, diskur)

3 Maðurinn á (+acc.) .... (ljótur, bíll)

4 Stelpan á (+acc.) .... (rólegur, hestur)

5 Maturinn er inni í (+dat.) .... (hvítur, ísskápur)

6 Konan er í (+dat.) .... (gulur, kjóll)

7 Börnin borða (+acc.) .... (hollur, ostur)

3. f (-u, -ur)

1 Stelpan klappar (+dat.) .... (kátur, kisa)

2 Konan er í (+dat.) .... (gulur, peysa)

3 Strákurinn er í (+dat.) .... (ljótur, skyrta)

4 Stelpan er með (+acc.) .... (bleikur, taska)

4. f (-ar, -ir)

1 Konan býr í (+dat.) .... (fallegur, borg)

2 Þau fara til (+gen.) .... (skemmtilegur, borg)

3 Hann fer inn í (+acc.) .... (ljótur, búð)

5. n (-a, -u)

1 Ég elda (+acc.) .... (ítalskur, pasta)

2 Hann er með (+acc.) .... (fallegur, auga - plur.)

6. n (-s, -)

1 Stelpan skrifar (+acc.) .... (langur, bréf)

2 Mamma hennar svarar (+dat.) .... (langur, bréf)

3 Hún býr í (+dat.) .... (fallegur, hús)

4 Ég borða (+acc.) .... (sætur, súkkulaði)

5 Viltu (+acc.) .... (gulur, epli)?

38. æfing

A. Declension of nouns and adjectives 2

1. m (-a, -ar)

1 Hann drekkur (+acc.) .... (hreinn, appelsínusafi)

2 Hann er í (+dat.) .... (fínn, jakki)

3 Hann fer í (+acc.) .... (gamall, jakki)

4 Hann á (+acc.) .... (grænn, penni)

5 Hann skrifar með (+dat.) .... (grænn, penni)

6 Hún þvær (+acc.) .... (gamall, gluggi)

7 Hún er í (+dat.) .... (fínn, skóli)

2. m (-s, -ar)

1 Hún borðar (+acc.).. (gamall, fiskur)

2 Konan brýtur (+acc.) .... (heill, diskur)

3 Maðurinn á (+acc.) .... (grænn, bíll)

4 Stelpan á (+acc.) .... (brúnn, hestur)

5 Maturinn er inni í (+dat.) .... (hreinn, ísskápur)

6 Konan er í (+dat.) .... (brúnn, kjóll)

7 Börnin borða (+acc.) .... (grænn, ostur)

3. f (–u, –ur)

1 Stelpan klappar (+dat.) .... (brúnn, kisa)

2 Konan er í (+dat.) .... (gamall, peysa)

3 Strákurinn er í (+dat.) .... (grænn, skyrta)

4 Stelpan er með (+acc.) .... (brúnn, taska)

4. f (–ar, –ir)

1 Konan býr í (+dat.) .... (fínn, borg)

2 Þau fara til (+gen.) .... (fínn, borg)

3 Hann fer inn í (+acc.) .... (gamall, búð)

5. n (–a, –u)

1 Ég elda (+acc.) .... (brúnn, pasta)

2 Hann er með (+acc.) .... (brúnn, auga - plur.)

3 Hún er með (+acc.) ...., (grænn, auga - plur.)

6. n (–s, –)

1 Stelpan skrifar (+acc.) .... (fínn, bréf)

2 Mamma hennar svarar (+dat.) .... (fínn, bréf)

3 Hún býr í (+dat.) .... (gamall, hús)

4 Ég borða (+acc.) .... (gamall, súkkulaði)

5 Viltu (+acc.) .... (grænn, epli)?

6 Stelpan liggur í (+dat.) .... (gamall, rúm)

39. æfing

A. Declension of nouns and adjectives 3

1. m (–a, –ar)

1 Hann drekkur (+acc.) .... (nýr, appelsínusafi)

2 Hann er í (+dat.).. (blár, jakki)

3 Hann fer í (+acc.) .... (grár, jakki)

4 Hann á (+acc.) .... (blár, penni)

5 Hann skrifar með (+dat.) .... (grár, penni)

2. m (-s, -ar)

1 Hún borðar (+acc.) .... (nýr, fiskur)

2 Konan brýtur (+acc.) .... (blár, diskur)

3 Maðurinn á (+acc.) .... (grár, bíll)

4 Stelpan á (+acc.) .... (mjór, hestur)

5 Maturinn er inni í (+dat.) .... (nýr, ísskápur)

6 Konan er í (+dat.) .... (grár, kjóll)

3. f (-u, -ur)

1 Stelpan klappar (+dat.) .... (grár, kisa)

2 Konan er í (+dat.) .... (hlýr, peysa)

3 Strákurinn er í (+dat.) .... (nýr, skyrta)

4 Stelpan er með (+acc.) .... (blár, taska)

4. f (-ar, -ir)

1 Konan býr í (+dat.) .... (nýr, íbúð)

2 Þau fara til (+gen.) .... (nýr, borg)

3 Hann fer inn í (+acc.) .... (nýr, búð)

5. n (-a, -u)

1 Ég elda (+acc.) .... (nýr, pasta)

2 Hann er með (+acc.) .... (blár, auga - plur.)

3 Hún er með (+acc.) .... (grár, auga - plur.)

6. n (-s, -)

1 Stelpan skrifar (+acc.) .... (nýr, bréf)

2 Hún býr í (+dat.) .... (nýr, hús)

3 Ég borða (+acc.) .... (nýr, brauð)

4 Stelpan liggur í (+dat.) .... (mjór, rúm)

5 Ég bý í (+dat.) .... (blár, hús)

40. æfing

A. Declension of nouns and adjectives 4

1 m (–a, –ar)

1 Hann drekkur (+acc.) .... (góður, appelsínusafi)
2 Hann er í (+dat.) .... (rauður, jakki)
3 Hann fer í (+acc.) .... (rauður, jakki)
4 Hann á (+acc.) .... (góður, penni)
5 Hann skrifar með (+dat.) .... (góður, penni)

2. m (–s, –ar)

1 Hún borðar (+acc.) .... (góður, fiskur)
2 Konan brýtur (+acc.) .... (rauður, diskur)
3 Maðurinn á (+acc.) .... (góður, bíll)
4 Stelpan sér (+acc.) .... (hræddur, hestur)
5 Konan er í (+dat.) .... (rauður, kjóll)

3. f (–u, –ur)

1 Stelpan klappar (+dat.) .... (hræddur, kisa)
2 Konan er í (+dat.) .... (rauður, peysa)
3 Strákurinn er í (+dat.) .... (góður, skyrta)
4 Stelpan er með (+acc.) .... (rauður, taska)

4. f (–ar, –ir)

1 Konan býr í (+dat.) .... (góður, borg)
2 Þau fara til (+gen.) .... (góður, borg)
3 Hann fer inn í (+acc.) .... (góður, búð)

5. n (–a, –u)

1 Ég elda (+acc.) .... (góður, pasta)
2 Hann er með (+acc.) .... (rauður, auga - plur.)

6. n (-s, -)

1 Stelpan skrifar (+acc.) .... (góður, bréf)

2 Mamma hennar svarar (+dat.) .... (góður, bréf)

3 Hún býr í (+dat.) .... (rauður, hús)

4 Ég borða (+acc.) .... (góður, súkkulaði)

5 Viltu (+acc.) .... (rauður, epli)?

6 Stelpan liggur í (+dat.) .... (góður, rúm)

41. æfing

A. Declension of nouns and adjectives 5

1. m (-a, -ar)

1 Hann drekkur (+acc.) .... (dýr, appelsínusafi)

2 Hann er í (+dat.) .... (dýr, jakki)

3 Hann fer í (+acc.) .... (ljós, jakki)

4 Hann á (+acc.) .... (stór, penni)

5 Hann skrifar með (+dat.) .... (stór, penni)

6 Hún þvær (+acc.) .... (stór, gluggi)

7 Hún er í (+dat.) .... (dýr, skóli)

2. m (-s, -ar)

1 Hún borðar (+acc.) .... (dýr, fiskur)

2 Konan brýtur (+acc.) .... (stór, diskur)

3 Maðurinn á (+acc.) .... (dýr, bíll)

4 Stelpan á (+acc.) .... (vitlaus, hestur)

5 Maturinn er inni í (+dat.) .... (stór, ísskápur)

6 Konan er í (+dat.) .... (dýr, kjóll)

7 Stelpan hittir (+acc.) .... (kurteis, strákur)

3. f (-u, -ur)

1 Stelpan klappar (+dat.) .... (vitlaus, kisa)

2 Konan er í (+dat.) .... (dýr, peysa)

3 Strákurinn er í (+dat.) .... (stór, skyrta)

4 Stelpan er með (+acc.) .... (ljós, taska)

5 Við hittum (+acc.) .... (kurteis, kona)

4. f (-ar, -ir)

  1 Konan býr í (+dat.) .... (stór, borg)

  2 Þau fara til (+gen.) .... (stór, borg)

  3 Hann fer inn í (+acc.) .... (dýr, búð)

5. n (-a, -u)

  1 Ég elda (+acc.) .... (dýr, pasta)

  2 Hann er með (+acc.) .... (ljós, auga - plur.)

  3 Hún er með (+acc.) .... (stór, auga - plur.)

6 n (-s, -)

  1 Stelpan skrifar (+acc.) .... (vitlaus, bréf)

  2 Mamma hennar svarar (+dat.) .... (vitlaus, bréf)

  3 Hún býr í (+dat.) .... (stór, hús)

  4 Ég borða (+acc.) .... (dýr, súkkulaði)

  5 Viltu (+acc.) .... (dýr, epli (plur)

  6 Stelpan liggur í (+dat.) .... (stór, rúm)

42. æfing
A. Declension of nouns and adjectives 6

1. m (-a, -ar)

  1 Hann drekkur (+acc.) .... (vondur, appelsínusafi)

  2 Hann er í (+dat.) .... (svartur, jakki)

  3 Hann fer í (+acc.) .... (svartur, jakki)

  4 Hann á (+acc.) .... (svartur, penni)

  5 Hann skrifar með (+dat.) .... (vondur, penni)

  6 Hún þvær (+dat.) .... (dökkhærður, krakki)

  7 Hún er í (+dat.) .... (vondur, skóli)

2. m (-s, -ar)

1 Hún borðar (+acc.) .... (vondur, fiskur)

2 Maðurinn á (+acc.) .... (svartur, bíll)

3 Stelpan á (+acc.) .... (svartur, hestur)

4 Maturinn er inni í (+dat.) .... (kaldur, ísskápur)

5 Konan er í (+dat.) .... (svartur, kjóll)

6 Börnin hitta (+acc.) .... (ljóshærður, strákur)

3. f (-u, -ur)

1 Stelpan klappar (+dat.) .... (vondur, kisa)

2 Konan er í (+dat.) .... (svartur, peysa)

3 Strákurinn hitta (+acc.) .... (ljóshærður, stelpa - plur.)

4 Stelpan er með (+acc.) .... (svartur, taska - plur.)

4. f (-ar, -ir)

1 Konan býr í (+dat.) .... (vondur, borg)

2 Þau fara til (+gen.) .... (kaldur, borg)

5. n (-a, -u)

1 Ég elda (+acc.) .... (vondur, pasta)

2 Hann er með (+acc.) .... (svartur, auga - plur.)

6. n (-s, -)

1 Hún býr í (+dat.) .... (kaldur, hús)

2 Ég borða (+acc.) .... (vondur, súkkulaði)

3 Viltu (+acc.) .... (kaldur, vatn)

4 Viltu (+acc.) .... (svartur, kaffi)

5 Stelpan hittir (+acc.) .... (dökkhærður, barn - plur.)

43. æfing

B. Declension of nouns and adjectives

1. m (-a, -ar)

1 Hann drekkur (+acc.) .... (sætur, appelsínusafi)

2 Hann er í (+dat.) .... (fallegur, jakki)

3 Hann fer í (+acc.) .... (ljótur, jakki)

4 Hann á (+acc.) .... (blár, penni)

5 Hann skrifar með (+dat.) .... (blár, penni)

6 Hún þvær (+acc.) .... (skítugur, gluggi)

7 Hún er í (+dat.) .... (skemmtilegur, skóli)

2. m (-s, -ar)

1 Hún borðar (+acc.) .... (góður, fiskur)

2 Konan brýtur (+acc.) .... (blár, diskur)

3 Maðurinn á (+acc.) .... (grænn, bíll)

4 Stelpan á (+acc.) .... (svartur, hestur)

5 Maturinn er inni í (+dat.) .... (hvítur, ísskápur)

6 Konan er í (+dat.) .... (grænn, kjóll)

7 Börnin borða (+acc.) .... (hollur, ostur)

3. f (-u, -ur)

1 Stelpan klappar (+dat.) .... (svartur, kisa)

2 Konan er í (+dat.) .... (gulur, peysa)

3 Strákurinn er í (+dat.) .... (grænn, skyrta)

4 Stelpan er með (+acc.) .... (rauður, taska)

4. f (-ar, -ir)

1 Konan býr í (+dat.) .... (fallegur, borg)

2 Þau fara til (+gen.) .... (skemmtilegur, borg)

3 Hann fer inn í (+acc.) .... (nýr, búð)

5. n (-a, -u)

1 Ég elda (+acc.) .... (ítalskur, pasta)

2 Hann er með (+acc.) .... (brúnn, auga - plur.)

3 Hún er með (+acc.) .... (blár, auga - plur.)

6. n (-s, -)

1 Stelpan skrifar (+acc.) .... (langur, bréf)

2 Mamma hennar svarar (+dat.) .... (langur, bréf)

3 Hún býr í (+dat.) .... (stór, hús)

4 Ég borða (+acc.) .... (sætur, súkkulaði)

5 Viltu (+acc.) .... (grænn, epli)

6 Stelpan liggur í (+dat.) .... (hlýr, rúm)

44. æfing

B. Declension, nouns, the definite article and adjectives

Provide the correct cases of the following nouns with the definite article:

A *Ég er með (+acc.)* ....

1 húfa *húfuna* ....

2 hattur ....

3 belti ....

4 vettlingur (put it into plural)

....

5 hanski (put it into plural).............

6 veski..

7 taska ....

8 úr..

9 hringur.......................................

10 hálsmen.....................................

11 hár (no definite article) ....

12 auga (put it into plural;

no definite article) ....

13 eyrnalokkur (put it into plural;

no definite article)......................

Provide the correct cases of the following nouns and adjectives:

B *Ég er með (+acc.)* ....

1 svört húfa.....................................

2 gulur hattur..................................

3 appelsínugult belti

....

4 brúnn vettlingur

....

5 grár hanski...................................

6 brúnt veski...................................

7 rauð taska ....
8 fallegt úr ....
9 gylltur hringur
   ....
10 nýtt hálsmen
   ....

11 brúnt hár ....
12 blátt auga (put it into plural)
   ....
13 nýr eyrnalokkur (put it into
   plural)....................................

C *Ég er í (+dat.)* ....
1 kjóll ....
2 peysa ....
3 skyrta ....
4 pils ....
5 sokkur ....
6 úlpa ....
7 jakki ....
8 skór (put it into plural) ....

9 stígvél (put it into plural)
   ....
10 kápa ....
11 frakki ....
12 vesti ....
13 buxur (fem. plur.)
   ....
14 bolur...

D *Ég er í (+dat.)* ....
1 grænn kjóll
   ....
2 gul peysa
   ....
3 blá skyrta
   ....
4 svart pils
   ....
5 hvítur sokkur (put it into plural)
   ....
6 brún úlpa
   ....
7 rauður jakki
   ....

8 appelsínugulur skór (put it into
   plural)....................................
9 grátt stígvél (put it into plural)
   ....
10 fjólublá kápa
   ....
11 blár frakki
   ....
12 fallegt vesti
   ....
13 bláar buxur (fem. pl.)
   ....
14 bleikur bolur
   ....

E *Ég sé (+acc.)* ....

1 góður strákur

....

2 skemmtileg stelpa

....

3 leiðinlegt barn

....

4 dugleg stúlka

....

5 stór kona ....

6 vondur krakki ....

7 latur unglingur ....

....

F *Hann á (+acc.)* ....

1 hreinn stóll...................................

2 kringlótt borð

....

3 glæsilegur lampi

....

4 rósótt motta

....

5 brúnt teppi

....

6 köflóttur sófi

....

7 lélegt sjónvarp

....

8 ný tölva...

9 ódýrt húsgagn

....

10 tómur ísskápur

....

11 óhreint gólf

....

12 hvítur gluggi

....

13 falleg stofa

....

14 stórt svefnherbergi

....

G *Hún kaupir (+acc.)* ....

1 glært glas

....

2 blár diskur

....

3 beittur hnífur

....

4 grár gaffall

....

5 hvít brauðrist

....

6 svört kaffikanna

....

7 dýr pottur

....

8 góð panna

....

H *Ég heilsa (+dat.)* ....

  1 góður strákur

    ....

  2 skemmtileg stelpa

    ....

  3 leiðinlegt barn

    ....

  4 dugleg stúlka

    ....

  5 stór kona

    ....

  6 vondur krakki

    ....

  7 latur unglingur

    ....

I *Hann hendir (+dat.)* ....

  1 hreinn stóll

    ....

  2 kringlótt borð

    ....

  3 glæsilegur lampi

    ....

  4 rósótt motta

    ....

  5 brúnt teppi

    ....

  6 köflóttur sófi

    ....

  7 lélegt sjónvarp

    ....

  8 ný tölva

    ....

  9 ódýrt húsgagn

    ....

 10 tómur ísskápur

    ....

J *Hún drekkur úr (+dat.)* ....

  1 glært glas

    ....

  2 fínn bolli

    ....

K *Hún borðar með (+dat.)* ....

  1 beittur hnífur

    ....

  2 grár gaffall

    ....

45. æfing

B. Declension of nouns, adjectives and numerals

Í búðinni:

A *Ég ætla að fá (+acc.)* ....

1 fiskur. *fisk*	12 kjöt ....
2 þrír (3), ýsuflak	13 kornflex ....
....	14 smjör ....
3 einn (1), kjúklingur	15 súkkulaði ....
....	16 þrír (3), brauð ....
4 ostur...........................	17 tveir (2), tómatur ....
5 fjórir (4), appelsína	18 fjórir (4), gúrka ....
....	19 einn (1), laukur.....................
6 kæfa	20 fjórir (4), hamborgari ....
7 tveir (2), pítsa...........................	....
8 þrír (3), samloka	21 tíu (10), kartafla ....
....	....
9 mjólk...........................	22 hrísgrjón (neut.).....................
10 fimm (5), epli...........................	23 skyr ....
11 þrír (3), kaffipakki	24 jógúrt ....
....	

Tómstundir (Hobbies):

B *Ég hef áhuga á (+dat.)* ....

1 skíði (neut. plur.)......................	7 bókmenntir (fem. plur.) ....
2 sund (neut.)	....
3 fjallgöngur (fem. plur.)	8 íþróttir (fem. plur.).....................
....	9 fótbolti ....
4 kvikmyndir (fem. plur.)	10 körfubolti ....
....	11 handbolti.....................
5 tónlist (fem.)........................	12 ferðalög (neut. plur.) ....
6 frímerki (neut. plur.)..................	....

46. æfing

B. 1st class of verbs and case control

The following verbs take the accusative:
baka, elda, hita, skoða, skrifa, tala við, tala um, teikna
These take the dative: *heilsa, svara, hjálpa*

They conjugate (1. class):

sing	plur
1. p. borða-	1. p. borð-um
2. p. borða-r	2. p. borð-ið
3. p. borða-r	3. p. borða

Construct sentences from the following elements:

Þú, baka, kaka > Þú bakar köku

1 Við, baka, kaka (plur.) ....

2 Þið, baka, brauð ....

3 Þær, baka, 2 snúður ....

4 Hann, baka, 1 kleina...

5 Hann, elda, fiskur ....

6 Þau, elda, hollur, matur ....

7 Ég, elda, kjúklingur ....

8 Við, elda, nýr, kartöfluréttur ....

9 Hann, hita, súpa ....

10 Þau, hita, vatn ....

11 Þið, hita, kaffi ....

12 Þú, hita, mjólk ....

13 Ég, borða, ljúffengur, samloka ....

14 Hann, borða, ódýr, hamborgari ....

15 Við, borða, góður, matur ....

16 Þú, skoða, safn ....

17 Við, skoða, safn (plur.) ....

18 Hann, skoða, mynd (plur.) ....

19 Hún, skrifa, langur, bréf ....

20 Þið, skrifa, stuttur, kort ....

21 Þeir, skrifa, ritgerð ....

22 Hann, tala við, þú ....

23 Við, tala við, hún ....

24 Hún, tala við, þið ....

25 Ég, tala við, skemmtilegur, stelpa ....

26 Þú, tala við, strákurinn ....

27 Strákurinn, tala við, ég ....

28 Konan, tala um, stelpan ....

29 Við, tala um, myndin ....

30 Þið, tala um, ferðin ....

31 Hann, teikna, fallegur, mynd ....

32 Við, teikna, mynd (plur.) ....

33 Þú, svara, ég ....

34 Við, svara, hann ....

35 Þeir, svara, við ....

47. æfing
2nd class of verbs and case control

The following verbs
take the accusative:
keyra, hitta, horfa á,
hringja í, segja, þekkja

sing.	keyra/horfa á /hitta	segja/þekkja/hringja í
1. p.	keyr-i	seg-i
2. p.	keyr-ir	seg-ir
3. p.	keyr-ir	seg-ir
plur.		
1. p.	keyr-um	seg-j-um
2. p.	keyr-ið	seg-ið
3. p.	keyr-a	seg-j-a

Construct sentences from the following elements:

1 Strákurinn, keyra, bíll-inn   *Strákurinn keyrir bílinn*

2 Konurnar, keyra, bíll-inn ....

3 Maðurinn, keyra, rúta ....

4 Ég, keyra, strætó ....

5 Þú, hitta, ég ....

6 Ég, hitta, þú ....

7 Við, hitta, konur-nar ....

8 Þeir, hitta, strákar-nir ....

9 Þú, horfa á, mynd-in ....

10 Hann, horfa á, stelpa-n ....

11 Við, horfa á, sjónvarp-ið ....

12 Hún, hringja í, ég ....

13 Ég, hringja í, hún ....

14 Þær, hringja í, við ....

15 Ég, segja, saga ....

16 Þeir, segja, brandari ....

17 Strákurinn, segja, sögur ....

18 Hún, þekkja, ég ....

19 Þeir, þekkja, strákar-nir ....

20 Þið, þekkja, stelpa-n ....

48. æfing
3rd class of verbs

The following verbs take the accusative: *sjóða, brjóta, drekka, leggja, selja, skilja, syngja, telja, vekja, velja, þiggja*
These take the dative: *ljúka, bjóða*

bjóða
sing.
1. p. ég být-   i-umlaut!
2. p. þú být-ur
3. p. hann být-ur
plur.
1. p. við bjóð-um
2. p. þið bjóð-ið
3. p. þeir bjóð-a

Construct sentences:

1 Þið, sjóða, súpa ....
2 Þú, sjóða, grautur ....
3 Ég, sjóða, hangikjöt ....
4 Þeir, brjóta, gluggi ....
5 Hún, brjóta, blár, bolli ....
6 Ég, brjóta, glas (plur.) ....
7 Þú, drekka, kaffi ....
8 Þið, drekka, te ....
9 Ég, leggja, ég ....
10 Hann, selja, bíll ....
11 Þeir, selja, hús ....
12 Maðurinn, skilja, íslenska ....
13 Þið, skilja, íslenska ....
14 Ég, syngja, lag (plur.) ....
15 Þau, syngja, fallegur, ópera ....

16 Strákurinn, telja, peningur (plur.) ....

17 Við, telja, mínúta (plur.) ....

18 Mamman, vekja, barn-ið ....

19 Ég, vekja, mamma ....

20 Ég, velja, svartur, pils ....

21 Þú, velja, rauður, taska ....

22 Þið, velja, grænn, húfa (plur.) ....

23 Við, þiggja, kaffi ....

24 Þú, þiggja, brauð ....

25 Hann, ljúka, verkefni-ð ....

26 Þið, ljúka, ritgerð-in ....

49. æfing
4th class of verbs and case control

These verbs take the accusative: *fá, kjósa, lesa, sjá, skera, slá, þvo*

the stem ends in a vowel	the stem ends in a -r	the stem ends in a -s
þvo-	*far-a*	*les-a*
sing.	sing.	sing.
1. p. ég þvæ-	1. p. ég fer-	1. p. ég les-
2. p. þú þvæ-rð	2. p. þú fer-ð	2. p. þú les-t
3. p. hann þvæ-r	3. p. hann fer-	3. p. hann les-
plur.	plur.	plur.
1. p. við þvo-um	1. p. við för-um	1. p. við les-um
2. p. þið þvo-ið	2. p. þið far-ið	2. p. þið les-ið
3. p. þeir þvo-	3. p. þeir far-a	3. p. þeir les-a

Construct sentences:

1 Ég, fá, góður, gjöf *Ég fæ góða gjöf* ....

2 Þið, fá, fallegur, mynd (plur.) ....

3 Þeir, kjósa, forseti ....

4 Ég, kjósa, hann ....

5 Hann, lesa, bók ....

6 Þú, lesa, skemmtilegur, blað ....

7 Við, lesa, nýr, tímarit ....

8 Strákurinn, slá, gras-ið ....

9 Ég, þvo, óhreinn, þvottur ....

10 Þú, þvo, skítugur, sokkur (plur.) ....

11 Þið, þvo, gólf (plur.) ....

50. æfing
Prepositions and case control

(See Learning Icelandic p. 132–136)

1 Hann talar við (+acc.) .*mig*. (ég)

2 Hann situr hjá (+dat.)

.... (hún)

3 Við sitjum við hliðina á (+dat.)

.... (þau)

4 Hann stendur fyrir framan (acc.)

.... (hús-ið)

5 Bankinn er beint á móti (+dat.)

.... (apótek-ið)

6 Hann kemur seint heim úr (+dat.)

.... (vinna-n)

7 Þú ert frá (+dat.)

....(Ísland)

8 Þú ert kominn til (+gen.)

....(Ísland)

9 Hann kom hingað fyrir (+dat.)

.... (vika)

10 Þau verða hér í (+acc.)

.................................(2, vika)

11 Strákurinn fer heim eftir (+acc.)

.... (3, dagur)

12 Hann er í (+dat.)

............................(fallegur, úlpa)

13 Hún fer í (+acc.)

............................(nýr, kápa)

14 Diskurinn er á (+dat.)

....(borð-ið)

15 Diskurinn datt á (+acc.)

...................(gólf-ið) og brotnaði

16 Stelpan er með (+acc.)

.... (brúnn, auga - plur.)

17 Brauðið er með (+dat.)

.... (smjör)

18 Ég fer með (+dat.)

.....................(kærasti-nn) í bíltúr

19 Hann fer með (+acc.) ....

.... (hundur-inn) í göngutúr

7 Past tense

51. æfing

A. Verbs – First class

baka v (-aði)		
sing.	plur.	
1. p. ég baka-ð-i	1. p. við böku-ð-um	u-umlaut!
2. p. þú bakað-ir	2. p. þið böku-ð-uð	
3. p. hann baka-ð-i	3. p. þeir böku-ð-u	

Provide the past tense forms of the following verbs:

1 Baka: Hann **bakaði** brauð
2 Baka: Við .... kökur
3 Baka: Þið .... kökur
4 Borða: Ég .... mat
5 Borða: Þið .... pítsu
6 Borða: Þú .... pasta
7 Borga: Hann .... matinn
8 Borga: Við .... reikningana
9 Borga: Þú .... miðann
10 Byrja: Hann .... að lesa bókina
11 Byrja: Þið .... á matnum
12 Dansa: Þú .... við konuna
13 Dansa: Við .... líka
14 Elda: Hann .... matinn
15 Elda: Þið .... fisk
16 Hita: Ég .... súpu
17 Hita: Þið .... vatn
18 Hjálpa: Hún .... honum
19 Hjálpa: Þeir .... henni
20 Hækka: Við .... hitann
21 Hækka: Þú .... verðið
22 Kosta: Bókin ....
    100 krónur

23 Kosta: Bílarnir .... mikið
24 Lána: Ég .... þér peninga
25 Lána: Þið .... okkur
26 Mála: Ég .... mynd
27 Mála: Við .... myndir
28 Prjóna: Hún .... peysu
29 Prjóna: Við .... sokka
30 Safna: Þú .... frímerkjum
31 Safna: Við .... frímerkjum
32 Sauma: Hann .... buxur
33 Sauma: Við .... skyrtur
34 Skamma: Hún .... börnin
35 Skamma: Við .... ykkur
36 Skoða: Ég .... safn
37 Skoða: Þeir .... sýningu
38 Skrifa: Hann .... bréf
39 Skrifa: Við .... kort
40 Sofna: Við ....
41 Sofna: Þú .... seint
42 Stafa: Við .... nafnið okkar
43 Stafa: Ég .... nafnið mitt
44 Stjórna: Hann ....
    fyrirtækinu

45 Stjórna: Við .... engu

46 Stækka: Barnið ....

47 Stækka: Þið .... líka

48 Tala: Við .... íslensku

49 Tala: Ég .... ensku

50 Tala við: Þú .... mig

51 Tala við: Þeir .... okkur

52 Tala um: Hann .... hana

53 Tala um: Þeir .... þær

54 Tapa: Hann .... leiknum

55 Tapa: Við .... peningum

56 Teikna: Stelpan ....
fallega mynd

57 Teikna: Þið .... líka

58 Þakka: Ég .... þér

59 Þakka: Við .... fyrir okkur

52. æfing.

A. Verbs – Second class

V (-ði) if the stem ends with: *-r, -f, -g*

(-di) if the stem ends with: *-l, -m, -n, -ð*

(-ti) if the stem ends with: *-s, -p, -t, -k, -d*

*irregular suffix in the past tense

e:a vowel shift in the past tense

Heyr/a v (-ði)	Gleym/a (-di)	Vak/a (-ti)
sing.	sing.	sing.
1. p. ég *heyr-ð-i*	1. p. ég *gleym-d-i*	1. p. ég *vak-t-i*
2. p. þú *heyr-ð-ir*	2. p. þú *gleym-d-ir*	2. p. þú *vak-t-ir*
3. p. hann *heyr-ð-i*	3. p. hann *gleym-d-i*	3. p. hann *vak-t-i*
plur.	plur.	plur.
1. p. við *heyr-ð-um*	1. p. við *gleym-d-um*	1. p. við *vök-t-um*
2. p. þið *heyr-ð-uð*	2. p. þið *gleym-d-uð*	2. p. þið *vök-t-uð*
3. p. þeir *heyr-ð-u*	3. p. þeir *gleym-d-u*	3. p. þeir *vök-t-u*

Provide the correct past tense forms of the following verbs:

1 Gera: Hann *gerði* ekkert

2 Gera: Þeir .... mistök

3 Gleyma: Ég .... henni

4 Gleyma: Við .... þeim

5 Greiða: Hann .... sér

6 Greiða: Þið .... reikninga

7 Hitta: Þú ....
marga útlendinga

8 Hitta: Við ....
líka Íslendinga

9 Horfa á: Hann ....
sjónvarpið

10 Horfa á: Þær ....
    á kvikmynd

11 *(-d) Hringja í:
    Ég ....þig

12 *(-d) Hringja í:
    Þið ....þau

13 Hætta: Hann .... að reykja

14 Hætta: Við .... í vinnunni

15 Keyra: Ég .... bílinn

16 Keyra: Við .... rútu

17 Kyssa: Hann .... hana

18 Kyssa: Þær .... þá

19 Lifa: Við .... lengi

20 Lifa: Þú .... góðu lífi

21 Læra: Þú .... heima

22 Læra: Þið .... líka heima

23 Læsa: Við .... dyrunum

24 Læsa: Hann .... bílnum

25 *(-t) Nenna: Ég .... ekki í bíó

26 *(-t) Nenna:
    Við .... ekki út í gær

27 Reykja: Hann .... vindla

28 Reykja: Þið .... sígarettur

29 Rigna: Það ....

30 e:a Segja: Ég .... sögu

31 e:a Segja: Þau .... brandara

32 *Senda: Hún .... bréfið

33 *Senda: Við .... kortin

34 Synda: Hann .... daglega

35 Synda: Þið ....
    í sundlauginni

36 Vaka: Við .... lengi

37 Vaka: Ég .... líka

38 e:a Þegja: Hún ....

39 e:a Þegja: Þeir .... líka

40 Þekkja: Þú ....
    marga Íslendinga

41 Þekkja: Við .... margt fólk

53. æfing.
Weak verbs from the 3rd and 4th classes

Provide the correct past tense forms of the following verbs:

* no umlaut

1 Telja: Ég _taldi_ .... alla bílana

2 Telja: Við .... enga bíla

3 Vekja: Þú .... krakkana

4 Vekja: Mennirnir ....
    fullorðna fólkið

5 Flytja: Þú .... heim til þín

6 Flytja: Við .... í nýtt hús

7 Smyrja: Þær ....
    brauð með osti

8 Smyrja: Hann ....
    sitt brauð sjálfur

9 Spyrja: Hann ....
    mig spurninga

10 Spyrja: Þeir ....
    líka spurninga

11 Flýja (escape): Fólkið ....
    stríðið

12 Flýja: Þau .... líka

13 Velja: Þú ....
   ljósgræna bílinn

14 Velja: Við ....
   gula bílinn

15 Velja: Konan ....
   rauða bílinn

16 *Skilja: Við ....
   ekki myndina

17 *Skilja: Nemandinn ....
   nýju söguna

18 *Selja: Hún .... bílinn

19 *Selja: Þeir .... húsin

20 *Þvo: Hann .... bílinn

21 *Þvo: Þeir .... börnin

22 *Ná: Hún .... strætó

23 *Ná: Við .... ekki strætó

24 Leggja: Við .... okkur

25 Leggja: Hann .... sig

54. æfing
Past tense of strong verbs

1 Bíða: Ég .....*beið*..... ekki eftir þér

2 Bíða: Þau .... lengi
   eftir strætó

3 Bjóða: Ég .... þér í bíó

4 Bjóða: Þau .... okkur í mat

5 Brjóta: Börnin .... glösin sín

6 Brjóta: Ég ....
   stundum diskana

7 Búa: .... þú í Hafnarfirði?

8 Búa: Ég .... í Reykjavík

9 Búa: Þau .... nálægt okkur

10 Detta: Börnin .... oft

11 Detta: Hesturinn .... í ánni

12 Drekka: Ég .... mikið vatn

13 Drekka: Hundurinn ....
   mjólk úr skál

14 Fara: Börnin .... í sund í gær

15 Fara: Ég .... í vinnuna

16 Fara: Hvenær .... strætó?

17 Fá: Konan ....
   gesti í gærkvöldi

18 Fá: Krakkarnir .... hund

19 Fá: Þú .... fisk í matinn

20 Fljúga: Flugvélin ....
   til Akureyrar

21 Fljúga: Fuglarnir .... hátt

22 Ganga: Krakkarnir ....
   í skólann

23 Ganga: Þú .... mikið

24 Gefa: Þeir ....
   börnunum peninga

25 Gefa: Þú .... henni fallega gjöf

26 Geta: Ég .... sungið fallega

27 Geta: Stelpurnar ....
   ekki farið í skólann

28 Hlaupa: Konan ....
   á morgnana

29 Hlaupa: Þú .... hraðar en ég

30 Hlaupa: Þær ....
í kvennahlaupinu

31 Hlæja: Strákurinn ....
að bíómyndinni

32 Hlæja: Þú .... mjög hátt

33 Hlæja: Þær .... mikið saman

34 Kjósa: Ég .... að fara ekki

35 Kjósa: Þið .... forseta

36 Kjósa: Þú .... rétta staðinn

37 Koma: Strákurinn ....
of seint í skólann

38 Koma: Þið ....
til okkar í morgun

39 Lesa: .... þið mikið?

40 Lesa: Ég .... íslensku
á hverjum degi

41 Lesa: Þú .... vel

42 Liggja: Strákarnir ....
í heita pottinum

43 Liggja: Þær .... í rúminu

44 Ljúka: Ég .... bókinni

45 Ljúka: Þið .... við
matinn ykkar

46 Njóta: .... þið lífsins?

47 Njóta: Ég ....
þess að læra íslensku

48 Sitja: .... þú í nýja stólnum?

49 Sitja: Ég .... í
hægindastólnum

50 Sjá: .... þú vel?

51 Sjá: Ég .... um þetta

52 Sjá: Þið .... útsýnið vel

53 Sjóða: Við .... vatn í kaffið

54 Sjóða: Þú .... eggin
of lengi

55 Skera: Ég .... mig

56 Skera: Við .... kjötið

57 Skera: Þú .... brauðið

58 Slá: Barnið .... hundinn

59 Slá: Við .... aldrei neinn

60 Slá: Þið .... grasið

61 Standa: Ég ....
og horfði á sólarlagið

62 Standa: Þau ....
upp og fóru

63 Syngja: Fuglarnir ....
yndislega

64 Syngja: Þið .... svolítið hátt

65 Taka: Ég .... í
höndina á þér

66 Taka: Við ....
strætó í vinnuna

55. æfing

B. *Provide past tense forms of the following verbs (weak and strong):*

1 Bíða: Ég *beið* .... eftir þér

2 Bíða: Þið .... eftir okkur

3 Bjóða: Hann ....
okkur í afmæli

4 Bjóða: Þær ....
   ykkur í kvöldmat

5 Borða: Strákurinn ....
   mikið sælgæti

6 Borða: Stelpurnar ....
   samlokur

7 Borga: Maðurinn ....
   símreikninginn

8 Borga: Strákarnir .... leigu

9 Búa: Hvar .... þú í fyrra?

10 Búa: Við .... í Reykjavík

11 Byrja: Hann ....
    að skrifa ritgerð

12 Byrja: Þeir .... snemma

13 Drekka: Þú .... mjólk

14 Drekka: Við .... bara vatn

15 Elda: Kokkurinn ....
    góðan mat

16 Elda: Þið .... sjaldan

17 Fá: Stelpan .... nýja skó

18 Fá: Við .... jólagjafir

19 Fara: Þú ....oft í bíó

20 Fara: Við ....
    stundum á kaffihús

21 Ganga: Skiptineminn ....
    stundum í skólann

22 Ganga: Þið .... á Esjuna

23 Gefa: Hún ....
    systur sinni fallega gjöf

24 Gefa: Við .... margar jólagjafir

25 Gera: Hvað .... hann?

26 Gera: Við ....
    margt skemmtilegt saman

27 Geta: Þú .... hjálpað henni

28 Geta: Við ....
    farið í bíó í gærkvöldi

29 Gleyma: Hann ....
    bókinni heima

30 Gleyma: Þeir ....
    stundum bókunum heima

31 Greiða: Stelpan ....
    alla reikningna

32 Greiða: Við ....
    okkur á sunnudögum

33 Heita: Hvað .... þeir?

34 Hitta: Ég .... þig í gær

35 Hitta: Þið ....
    okkur á kaffihúsi

36 Hlæja: Strákurinn .... hátt

37 Hlæja: Þau ....
    stundum í bíó

38 Hlaupa: Þú ....
    á hverjum degi

39 Hlaupa: Við ....
    á mánudögum

40 Horfa: Vinur minn ....
    oft á fréttirnar

41 Horfa: Við ....
    stundum á veðurfréttir

42 Hringja: Hann ....
    í þig í gærkvöldi

43 Hringja: Þeir ....
    í neyðarnúmerið 112

44 Koma: Hvenær ....
    þú heim í gærkvöldi?

45 Koma: Við .... seint heim

46 Kosta: Hvað .... þetta?

47 Kosta: Buxurnar .... 7.500 krónur

48 Læra: Ég .... íslensku

49 Læra: Þið .... alltaf heima

50 Lesa: Hann .... bókina Blómin á þakinu

51 Lesa: Þið .... dagblöðin

52 Ná: Strákurinn .... strætó

53 Ná: Ég .... í krakkana

54 Nenna: Kærastan mín .... ekki í bíó

55 Nenna: Við .... ekki að fara út í gærkvöldi

56 Segja: Kærastinn minn .... skemmtilega brandara

57 Segja: Hvað .... þið við kennarann?

58 Selja: Maðurinn .... bílinn

59 Selja: Þær .... harðfisk í Kolaportinu

60 Senda: Þú .... póstkort til vina þinna

61 Senda: Við .... oft bréf heim

62 Sjá: .... þú norðurljósin?

63 Sjá: Við .... Perluna

64 Skilja: .... þú íslensku?

65 Skilja: Við .... þig mjög vel

66 Skoða: Nemandinn .... listasafn

67 Skoða: Við .... myndir

68 Skrifa: Ég .... ritgerð

69 Skrifa: Krakkarnir .... stíla

70 Slökkva: Ég .... ljósið

71 Slökkva: Þið .... á sjónvarpinu

72 Sofna: Barnið .... alltaf snemma

73 Sofna: Við .... seint

74 Spyrja: Nemandinn .... kennarann margra spurninga

75 Spyrja: Kennararnir .... stundum líka

76 Synda: Þú .... daglega

77 Synda: Þau .... í Bláa lóninu

78 Taka: Hann .... leigubíl

79 Taka: Við .... rútuna

80 Tala: Konan .... ensku og þýsku

81 Tala: Við .... saman

82 Tala: Ég .... við strákinn

83 Tala: Þið .... við okkur

84 Telja: Við .... peninga

85 Telja: Hann .... kindur

86 Þakka: Við .... fyrir matinn

87 Þakka: Hann .... fyrir sig

88 Þekkja: Þau .... margt fólk

89 Þekkja: Ég .... þig

90 Þvo: Stelpurnar .... þvottinn

91 Þvo: Strákurinn .... sér í framan

1. æfing

1 þú	7 þú	13 þið
2 við	8 við	14 þú, hann, hún, það
3 þið	9 þið	15 við
4 þeir, þær, þau	10 þú, hann, hún, það	16 ég, þeir, þær, þau
5 ég, hann, hún, það	11 við	
6 ég, hann, hún, það	12 þeir, þær, þau	

2. æfing

1 er	10 eru	19 takið
2 er	11 ert	20 tekur
3 er	12 eruð	21 tökum
4 ert	13 erum	22 tala
5 eruð	14 á	23 talið
6 erum	15 eigum	24 tala
7 eru	16 eigið	25 tala
8 er	17 eiga	26 talar
9 eru	18 tek	

3. æfing

1 þú/hann/hún/það	14 þið	27 heitir
2 þeir/þær/þau	15 heitir	28 heita
3 ég/hann/hún/það	16 heiti	29 á
4 við	17 á	30 eiga
5 þú/hann/hún/það	18 eigið	31 vilja
6 þeir/þær/þau	19 vill	32 vill
7 þú	20 viljum	33 tekur
8 þið	21 tekur	34 taka
9 hann/ég	22 tökum	35 tala
10 þú/hann/hún/það	23 tala	36 talar
11 hún/ég	24 tölum	37 er
12 við	25 er	38 eru
13 við	26 erum	

4. æfing

1 þú	6 þú	11 það
2 við	7 þú	12 þeir/þær/þau
3 þeir	8 þið	13 þeir/þær/þau
4 þau	9 hún	14 ég
5 ég	10 hann	15 þú

5. æfing

1. m (-a, -ar)
1 penninn
2 bankinn
3 bollinn
4 glugginn
5 skólinn
6 jakkinn
7 kaflinn
8 kennarinn
9 lampinn
10 pabbinn
11 pokinn
12 síminn
13 sófinn

2. m (-s, -ar)
1 dagurinn
2 hesturinn
3 diskurinn
4 fiskurinn
5 bíllinn
6 osturinn
7 kjóllinn
8 peningurinn

9 steinninn
10 strákurinn
11 skápurinn
12 stóllinn

3. f (-u, -ur)
1 konan
2 stelpan
3 appelsínan
4 flaskan
5 skyrtan
6 úlpan
7 peysan
8 klukkan
9 krónan
10 taskan
11 tölvan
12 kisan
13 pítsan
14 gatan

4. f (-ar, -ir)
1 borgin
2 gjöfin

3 ferðin
4 þjóðin
5 sveitin
6 rósin
7 mjólkin
8 myndin

5. n (-a, -u)
1 augað
2 eyrað
3 hjartað

6. n (-s, -)
1 barnið
2 blaðið
3 landið
4 eplið
5 bréfið
6 kortið
7 fjallið
8 frímerkið
9 brauðið
10 húsið
11 borðið

12	kaffið	15	rúmið	18	smjörið
13	kjötið	16	safnið	19	veskið
14	kvöldið	17	sjónvarpið		

6. æfing

A. Fjölskylda og fólk (family and people):

1	afinn	6	mamman	11	unglingurinn
2	amman	7	pabbinn	12	barnið
3	konan	8	stelpan	13	fólkið
4	krakkinn	9	strákurinn		
5	maðurinn	10	stúlkan		

B. Atvinnuheiti (professions):

1	afgreiðslukonan	7	kennarinn	13	ritarinn
2	afgreiðslumaðurinn	8	kokkurinn	14	sjómaðurinn
3	bakarinn	9	læknirinn	15	tannlæknirinn
4	bifvélavirkinn	10	lögregluþjónninn	16	námsmaðurinn
5	bréfberinn	11	málarinn		
6	hjúkrunarkonan	12	múrarinn		

C. Vinnustaðir (workplaces):

1	bakaríið	4	fiskiskipið	7	spítalinn
2	búðin	5	skólinn	8	veitingahúsið
3	ferðaskrifstofan	6	skrifstofan		

D. Tómstundir (hobbies):

1	árið	8	frímerkið	15	peningurinn
2	borgin	9	gatan	16	penninn
3	bréfið	10	hestaferðin	17	safnið
4	eldgosið	11	hesturinn	18	sundið
5	ferðin	12	kaflinn	19	sundlaugin
6	fjallið	13	kortið	20	sveitin
7	þjóðin	14	landið	21	vikan

E. Heimili (home):

1 borðið
2 eldhúsið
3 glugginn
4 gólfið
5 herbergið
6 húsgagnið
7 ísskápurinn
8 lampinn
9 mottan
10 sjónvarpið
11 sófinn
12 stofan
13 stóllinn
14 svefnherbergið
15 teppið
16 tölvan

F. Eldhús (kitchen):

1 bollinn
2 brauðristin
3 diskurinn
4 gaffallinn
5 glasið
6 hnífurinn
7 kaffikannan
8 kannan
9 pannan
10 potturinn
11 skeiðin

G. Matur (food):

1 appelsínusafinn
2 bananinn
3 brauðið
4 eplið
5 fiskurinn
6 kaffið
7 kakan
8 kjúklingurinn
9 kjötið
10 kleinan
11 kornflexið
12 kæfan
13 mjólkin
14 nestið
15 osturinn
16 pastað
17 pítsan
18 samlokan
19 smjörið
20 snúðurinn
21 súkkulaðið
22 vínið
23 hamborgarinn
24 pylsan

H. Útlit og föt (appearance and clothes):

1 bakpokinn
2 beltið
3 bolurinn
4 frakkinn
5 hanskinn
6 hatturinn
7 húfan
8 jakkinn
9 kápan
10 kjóllinn
11 leðurjakkinn
12 peysan
13 pilsið
14 skórinn
15 skyrtan
16 sokkurinn
17 stígvélið
18 taskan
19 úlpan
20 veskið
21 vestið
22 vettlingurinn

7. æfing

Masculine	Feminine	Neuter
A	A	
1 hvítur bolli	1 grönn stelpa	1 ljótt eyra
2 ljótur gluggi	2 gul appelsína	
3 skemmtilegur skóli	3 hvít skyrta	B
4 fallegur jakki	4 falleg úlpa	1 duglegt barn
5 kátur kennari	5 ljót peysa	2 hvítt blað
	6 löt kisa	3 skemmtilegt land
B	7 róleg gata	4 gult epli
1 rólegur dagur		5 fallegt bréf
2 duglegur hestur	B	6 rólegt kvöld
3 fallegur diskur	1 skemmtileg borg	
4 hvítur bíll	2 falleg gjöf	
5 gulur ostur	3 gul rós	
6 sætur strákur	4 hvít mjólk	

8. æfing

Masculine	Feminine	Neuter
A	A	A
1 fínn banki	1 heil appelsína	1 hreint eyra
2 gamall bolli	2 hrein flaska	2 gamalt hjarta
3 heill gluggi	3 gömul skyrta	
4 hreinn jakki	4 græn úlpa	B
5 grænn lampi	5 brún peysa	1 hreint barn
	6 fín taska	2 gamalt blað
B		3 fínt land
1 brúnn hestur	B	4 grænt epli
2 heill diskur	1 hrein borg	5 brúnt hús
3 grænn bíll	2 fín rós	
4 fínn kjóll	3 gömul mjólk	

9. æfing

Masculine	Feminine	Neuter
A	A	A
1 nýr banki	1 grá flaska	1 grátt auga
2 grár bolli	2 blá skyrta	2 nýtt hjarta
3 mjór kennari	3 ný úlpa	
4 blár lampi	4 mjó stelpa	B
		1 mjótt barn
B	B	2 nýtt blað
1 nýr dagur	1 grá borg	3 nýtt epli
2 blár diskur	2 ný gjöf	4 blátt fjall
3 grár bíll	3 blá rós	5 grátt hús
4 mjór strákur	4 ný mjólk	

10. æfing

Masculine	Feminine	Neuter
A	A	A
1 góður banki	1 glöð stelpa	1 rautt eyra
2 rauður bolli	2 góð appelsína	2 glatt hjarta
3 glaður kennari	3 rauð taska	
	4 hrædd kisa	B
B		1 glatt barn
1 góður dagur	B	2 gott blað
2 hræddur hestur	1 góð gjöf	3 rautt veski
3 rauður kjóll	2 rauð rós	
4 glaður strákur		

84
answers

11. æfing

Masculine	Feminine	Neuter
A	A	A
1 stór poki	1 kurteis kona	1 stórt eyra
2 ljós jakki	2 vitlaus kisa	2 ljóst auga
3 kurteis kennari	3 ljós peysa	
4 dýr sófi	4 dýr tölva	B
		1 kurteist barn
B	B	2 ljóst blað
1 vitlaus hestur	1 dýr borg	3 stórt fjall
2 ljós kjóll	2 kurteis þjóð	4 dýrt sjónvarp
3 kurteis strákur	3 stór mynd	
4 stór skápur		
5 dýr stóll		

12. æfing

Masculine	Feminine	Neuter
A	A	A
1 vondur bolli	1 ljóshærð stelpa	1 kalt hjarta
2 ljóshærður kennari	2 vond appelsína	
3 dökkhærður pabbi	3 svört kisa	B
4 svartur sími	4 köld pítsa	1 vont barn
		2 vont epli
B	B	3 svart hús
1 vondur hestur	1 köld mjólk	4 kalt smjör
2 kaldur fiskur	2 vond mynd	
3 dökkhærður strákur		
4 svartur stóll		

13. æfing

Masculine	Feminine	Neuter
1 hesturinn er fallegur	1 stelpan er falleg	1 barnið er fallegt
2 steinninn er grár	2 flaskan er grá	2 húsið er grátt
3 bíllinn er hreinn	3 gatan er hvít	3 borðið er hvítt
4 sandurinn er svartur	4 vikan er löng	4 glasið er glært
5 penninn er blár	5 myndin er blá	5 landið er blátt
6 jakkinn er gulur	6 appelsínan er gul	6 blómið er gult
7 stóllinn er fallegur	7 gjöfin er falleg	7 eyrað er stórt
8 maturinn er góður	8 úlpan er rauð	8 tjaldið er fallegt
9 lampinn er bleikur	9 tölvan er gömul	9 kjötið er rautt
10 glugginn er gulur	10 stelpan er vond	10 kaffið er svart
11 strákurinn er vondur	11 taskan er fjólublá	11 augað er brúnt
12 bíllinn er rauður	12 kannan er glær	12 eplið er grænt
13 bollinn er gamall	13 borgin er stór	13 bréfið er leiðinlegt
14 krakkinn er latur	14 stúlkan er týnd	14 fjallið er hátt
15 fiskurinn er nýr	15 konan er hraust	15 hjólið er ódýrt
16 ísskápurinn er fullur	16 pítsan er góð	
17 diskurinn er rauður	17 samlokan er dýr	
18 hnífurinn er beittur	18 peysan er ný	
19 síminn er svartur	19 ferðin er ánægjuleg	
20 sófinn er rósóttur		

14. æfing

Fólk:

1 góður strákur
2 skemmtileg stelpa
3 dugleg stúlka
4 stór kona
5 dökkhært barn
6 vondur krakki
7 latur unglingur

Föt:

1 grænn kjóll	8 appelsínugulur skór	15 appelsínugult belti
2 gul peysa	9 grátt stígvél	16 brúnn vettlingur
3 blá skyrta	10 fjólublá kápa	17 grár hanski
4 svart pils	11 blár frakki	18 brúnt veski
5 hvítur sokkur	12 svört húfa	19 rauð taska
6 brún úlpa	13 gulur hattur	
7 rauður jakki	14 fallegt vesti	

Heimili:

1 hreinn stóll	7 lélegt sjónvarp	13 hvítur gluggi
2 kringlótt borð	8 ný tölva	14 falleg stofa
3 glæsilegur lampi	9 ódýrt húsgagn	15 stórt svefnherbergi
4 rósótt motta	10 tómur ísskápur	16 meðalstórt
5 brúnt teppi	11 skítugur ofn	baðherbergi
6 köflóttur sófi	12 óhreint gólf	

Eldhús:

1 glært glas	4 hvít brauðrist	7 góð panna
2 blár diskur	5 svört kaffikanna	
3 beittur hnífur	6 dýr pottur	

15. æfing

1. m (-a, -ar)
1 bankar
2 bollar
3 gluggar
4 skólar
5 jakkar
6 kaflar
7 kennarar
8 lampar
9 pabbar
10 pokar
11 símar
12 sófar

2. m (-s, -ar)
1 hestar
2 diskar
3 bílar
4 kjólar
5 peningar
6 steinar
7 strákar
8 skápar
9 stólar

3. f (-u, -ur)
1 stelpur

2 appelsínur
3 flöskur
4 skyrtur
5 úlpur
6 peysur
7 klukkur
8 krónur
9 töskur
10 tölvur
11 kisur
12 pítsur
13 götur

4. f (–ar, –ir)
1 gjafir
2 ferðir
3 þjóðir
4 sveitir
5 rósir
6 myndir

5. n (–a, –u)
1 eyru
2 hjörtu

6. n (–s, –)
1 börn

2 blöð
3 lönd
4 epli
5 bréf
6 kort
7 fjöll
8 frímerki
9 brauð
10 hús
11 kvöld
12 rúm
13 söfn
14 sjónvörp
15 veski

16. æfing

1 kjólar
2 peysur
3 skyrtur
4 pils
5 veski
6 töskur
7 sokkar
8 úlpur
9 jakkar
10 skór
11 stígvél
12 vettlingar
13 hanskar
14 kápur
15 frakkar
16 húfur
17 hattar
18 vesti
19 belti

17. æfing

1. m (–a, –ar)
1 bankarnir
2 bollarnir
3 gluggarnir
4 skólarnir
5 jakkarnir
6 kaflarnir
7 kennararnir
8 lamparnir
9 pabbarnir
10 pokarnir
11 símarnir
12 sófarnir

2. m (–s, –ar)
1 hestarnir
2 diskarnir
3 bílarnir
4 kjólarnir
5 peningarnir
6 steinarnir

answers

7 strákarnir

8 skáparnir

9 stólarnir

3. f (-u, -ur)

1 stelpurnar

2 appelsínurnar

3 flöskurnar

4 skyrturnar

5 úlpurnar

6 peysurnar

7 klukkurnar

8 krónurnar

9 töskurnar

10 tölvurnar

11 kisurnar

12 pítsurnar

13 göturnar

4. f (-ar, -ir)

1 gjafirnar

2 ferðirnar

3 þjóðirnar

4 sveitirnar

5 rósirnar

6 myndirnar

5. n (-a, -u)

1 eyrun

2 hjörtun

6. n (-s, -)

1 börnin

2 blöðin

3 löndin

4 eplin

5 bréfin

6 kortin

7 fjöllin

8 frímerkin

9 brauðin

10 húsin

11 kvöldin

12 rúmin

13 söfnin

14 sjónvörpin

15 veskin

18. æfing

1. m (-a, -ar)

1 þrír bollar

2 hundrað og tveir gluggar

3 fjórir skólar

4 tólf jakkar

5 fimm kaflar

6 tuttugu og tveir kennarar

7 tveir lampar

8 fjörtíu og þrír pabbar

9 sjö pokar

10 tíu símar

11 einn sófi!

2. m (-s, -ar)

1 fjórir hestar

2 þrír diskar

3 tveir bílar

4 einn kjóll!

5 þrjátíu og tveir steinar

6 fimmtíu og fjórir strákar

7 fjórtán skápar

8 átta stólar

3. f (-u, -ur)

1 fjórar appelsínur

2 þrjár flöskur

3 tvær skyrtur

4 sex úlpur

5 tíu peysur

6 tólf klukkur

7 hundrað og fimm-
tíu krónur

8 þrjátíu og fjórar
töskur

9 fjörtíu og sex tölvur

10 fjórar kisur

11 níu pítsur

12 tuttugu og fjórar
götur

4. f (-ar, -ir)

1 fjórar gjafir

2 þrjár ferðir

3 tvær þjóðir

4 fimm rósir

5 nítján myndir

5. n (-a, -u)

1 þrjú eyru

2 tvö hjörtu

6. n (-s, -)

1 fjögur börn

2 sex blöð

3 tíu lönd

4 þrjú epli

5 fimm bréf

6 fimmtán kort

7 tvö fjöll

8 hundrað frímerki

9 áttatíu og níu
brauð

10 þrettán hús

11 sjötíu og sex kvöld

12 fjörtíu og fimm
rúm

13 þrjátíu og eitt safn!

14 sextán sjónvörp

15 tuttugu og sjö
veski

19. æfing

Masculine

A

1 hvítir bollar
2 ljótir gluggar
3 skemmtilegir skólar
4 fallegir jakkar
5 kátir kennarar

B

1 rólegir dagar
2 duglegir hestar
3 fallegir diskar
4 hvítir bílar
5 sætir strákar

Feminine

A

1 grannar stelpur
2 gular appelsínur
3 hvítar skyrtur
4 fallegar úlpur
5 ljótar peysur
6 latar kisur
7 rólegar götur

B

1 skemmtilegar borgir
2 fallegar gjafir
3 gular rósir
4 alvarlegar myndir

Neuter

A

1 ljót eyru

B

1 löt börn
2 hvít blöð
3 skemmtileg lönd
4 gul epli
5 falleg bréf
6 róleg kvöld

20. æfing

Masculine	Feminine	Neuter
A	A	A
1 fínir bankar	1 heilar appelsínur	1 hrein eyru
2 gamlir bollar	2 hreinar flöskur	2 gömul hjörtu
3 heilir gluggar	3 gamlar skyrtur	
4 hreinir jakkar	4 grænar úlpur	B
5 grænir lampar	5 brúnar peysur	1 hrein börn
	6 fínar töskur	2 gömul blöð
B		3 fín lönd
1 brúnir hestar	B	4 græn epli
2 heilir diskar	1 hreinar borgir	5 brún hús
3 grænir bílar	2 fínar rósir	
4 fínir kjólar		

21. æfing

Masculine	Feminine	Neuter
A	A	A
1 nýir bankar	1 gráar flöskur	1 grá augu
2 gráir bollar	2 bláar skyrtur	2 ný hjörtu
3 mjóir kennarar	3 nýjar úlpur	
4 bláir lampar	4 mjóar stelpur	B
		1 mjó börn
B	B	2 ný blöð
1 nýir dagar	1 gráar borgir	3 ný epli
2 bláir diskar	2 nýjar gjafir	4 blá fjöll
3 gráir bílar	3 bláar rósir	5 grá hús
4 mjóir strákar		

22. æfing

Masculine	Feminine	Neuter
A	A	A
1 góðir bankar	1 glaðar stelpur	1 rauð eyru
2 rauðir bollar	2 góðar appelsínur	2 glöð hjörtu
3 glaðir kennarar	3 rauðar töskur	
	4 hræddar kisur	B
B		1 glöð börn
1 góðir dagar	B	2 góð blöð
2 hræddir hestar	1 góðar gjafir	3 rauð veski
3 rauðir kjólar	2 rauðar rósir	
4 glaðir strákar		

23. æfing

Masculine	Feminine	Neuter
A	A	A
1 stórir pokar	1 vitlausar kisur	1 stór eyru
2 ljósir jakkar	2 ljósar peysur	2 ljós augu
3 kurteisir kennarar	3 dýrar tölvur	
4 dýrir sófar		B
	B	1 kurteis börn
B	1 dýrar borgir	2 ljós blöð
1 vitlausir hestar	2 kurteisar þjóðir	3 stór fjöll
2 ljósir kjólar	3 stórar myndir	4 dýr sjónvörp
3 kurteisir strákar		
4 stórir skápar		
5 dýrir stólar		

24. æfing

Masculine	Feminine	Neuter
A	A	A
1 vondir bollar	1 ljóshærðar stelpur	1 köld hjörtu
2 ljóshærðir kennarar	2 vondar appelsínur	
3 dökkhærðir pabbar	3 svartar kisur	B
4 svartir símar	4 kaldar pítsur	1 vond börn
		2 vond epli
B	B	3 svört hús
1 vondir hestar	1 vondar myndir	
2 kaldir fiskar		
3 dökkhærðir strákar		
4 svartir stólar		

25. æfing

1. m (-a -ar)

1 stórir bankar
2 bláir bollar
3 fallegir gluggar
4 skemmtilegir skólar
5 rauðir jakkar
6 langir kaflar
7 glaðir kennarar
8 brúnir lampar
9 fínir pabbar
10 svartir pokar
11 bleikir símar
12 þægilegir sófar

2. m (-s -ar)

1 stórir hestar
2 hreinir diskar
3 bláir bílar

4 svartir kjólar
5 gráir peningar
6 fallegir steinar
7 glaðir strákar
8 ljótir skápar
9 nýir stólar

3. f (-u -ur)

1 duglegar stelpur
2 góðar appelsínur
3 grænar flöskur
4 hvítar skyrtur
5 rauðar úlpur
6 hlýjar peysur
7 dýrar klukkur
8 nýjar töskur
9 ódýrar tölvur
10 fallegar kisur

11 heitar pítsur
12 skemmtilegar götur

4. f (-ar -ir)

1 góðar gjafir
2 skemmtilegar ferðir
3 fallegar sveitir
4 rauðar rósir
5 nýjar myndir

5. n (-a -u)

1 brún eyru
2 rauð hjörtu

6. n (-s -)

1 glöð börn
2 ný blöð
3 blá lönd

4 rauð epli
5 skemmtileg bréf
6 falleg kort
7 há fjöll

8 dýr frímerki
9 góð brauð
10 gul hús
11 góð kvöld

12 vond rúm
13 leiðinleg söfn
14 svört sjónvörp
15 ódýr veski

26. æfing

Fólk (people):

1 góðir strákar
2 skemmtilegar stelpur

3 duglegar stúlkur
4 stórar konur
5 dökkhærð börn

6 vondir krakkar
7 latir unglingar

Föt (clothing):

8 tveir grænir kjólar
9 tvær gular peysur
10 fjórar bláar skyrtur
11 fjögur svört pils
12 fjórir hvítir sokkar
13 þrjár brúnar úlpur
14 þrír rauðir jakkar

15 appelsínugulir skór
16 grá stígvél
17 tvær fjólubláar kápur
18 fjórir bláir frakkar
19 þrjár svartar húfur
20 gulir hattar

21 falleg vesti
22 appelsínugul belti
23 brúnir vettlingar
24 gráir hanskar
25 brún veski
26 rauðar töskur

Heimili (home):

27 hreinir stólar
28 kringlótt borð
29 glæsilegir lampar
30 rósóttar mottur
31 brún teppi
32 köflóttir sófar

33 léleg sjónvörp
34 nýjar tölvur
35 ódýr húsgögn
36 tómir ísskápar
37 skítugir ofnar
38 óhrein gólf

39 hvítir gluggar
40 fallegar stofur
41 stór svefnherbergi
42 meðalstór baðherbergi

Eldhús (kitchen):

43 glær glös
44 bláir diskar
45 beittir hnífar

46 hvítar brauðristir
47 svartar kaffikönnur

48 dýrir pottar
49 góðar pönnur

27. æfing

1 Bollinn er skítugur	9 Brauðið er heilt	15 Landið er fallegt
2 Blómið er gult	10 Hnífurinn er beittur	16 Gjöfin er góð
3 Diskurinn er blár	11 Krakkinn er	17 Rúmið er þægilegt
4 Fiskurinn er grár	óþægur	18 Eplið er nýtt
5 Húsið er hátt	12 Fjallið er blátt	19 Fatan er tóm
6 Glasið er tómt	13 Tjörnin er græn	20 Pokinn er svartur
7 Pannan er heit	14 Strákurinn er	
8 Kannan er full	óhreinn	

28. æfing

1 bakar	21 hækkar	41 sofnar
2 bökum	22 kostar	42 stöfum
3 bakið	23 kosta	43 stafa
4 borða	24 lána	44 stjórnar
5 borðið	25 lánið	45 stjórnum
6 borðar	26 mála	46 stækkar
7 borgar	27 málum	47 stækkið
8 borgum	28 prjónar	48 tölum
9 borgar	29 prjónum	49 tala
10 byrjar	30 safnar	50 talar við
11 byrjið	31 söfnum	51 tala við
12 dansar	32 saumar	52 talar um
13 dönsum	33 saumum	53 tala um
14 eldar	34 skammar	54 tapar
15 eldið	35 skömmum	55 töpum
16 hita	36 skoða	56 teiknar
17 hitið	37 skoða	57 teiknið
18 hjálpar	38 skrifar	58 þakka
19 hjálpa	39 skrifum	59 þökkum
20 hækkum	40 sofnum	

29. æfing

1 gerir	16 hættum	31 rignir
2 gera	17 keyri	32 segi
3 gleymi	18 keyrum	33 segja
4 gleymum	19 kyssir	34 sendir
5 greiðir	20 kyssa	35 sendum
6 greiðið	21 lifum	36 syndir
7 heitir	22 lifir	37 syndið
8 heiti	23 lærir	38 vökum
9 hittir	24 lærið	39 vaki
10 hittum	25 læsum	40 þegir
11 horfir á	26 læsir	41 þegja
12 horfa á	27 nenni	42 þekkir
13 hringi í	28 nennum	43 þekkjum
14 hringið í	29 reykir	
15 hættir	30 reykið	

30. æfing

1 býð	15 ljúkið	29 dettur
2 bjóða	16 njótið	30 drekk
3 brýt	17 nýt	31 drekkur
4 brjóta	18 sýður	32 flyt
5 flýgur	19 sjóðum	33 flytja
6 fljúga	20 slekk	34 gefur
7 gengur	21 slökkva	35 gefa
8 ganga	22 stend	36 geta
9 hleypur	23 standa	37 get
10 hleypur	24 tökum	38 leggur
11 hlaupa	25 tek	39 leggur
12 kemur	26 bíð	40 liggja
13 komið	27 bíða	41 liggja
14 lýk	28 detta	42 selur

43 seljum	49 sleppið	55 vekið
44 sit	50 syngið	56 vel
45 situr	51 syngja	57 velja
46 skilur	52 telur	58 þiggja
47 skil	53 telja	59 þiggur
48 sleppa	54 vekur	

31. æfing

1 bý	13 kjósið	25 sjáið
2 búa	14 kýs	26 sérð
3 býrð	15 kýst	27 sé
4 fara	16 lesið	28 skerð
5 fer	17 les	29 skerum
6 fer	18 lest	30 sker
7 færð	19 náum	31 sláið
8 fá	20 næ	32 slær
9 fær	21 ná	33 sláum
10 hlærð	22 spyr	34 þværð
11 hlæja	23 spyrjið	35 þvær
12 hlær	24 spyr	36 þvær

32. æfing

1 bíð	12 byrja	23 gefur
2 bíðið	13 drekkur	24 gefum
3 býður	14 drekkum	25 gerir
4 bjóða	15 eldar	26 gerum
5 borðar	16 eldið	27 getur
6 borða	17 fær	28 getum
7 borgar	18 fáum	29 gleymir
8 borga	19 ferð	30 gleyma
9 býrð	20 förum	31 greiðir
10 búum	21 gengur	32 greiðum
11 byrjar	22 gangið	33 heitir

34 hitti	54 nennir	74 spyr
35 hittið	55 nennum	75 spyrja
36 hlær	56 segir	76 syndir
37 hlæja	57 segið	77 synda
38 hleypur	58 selur	78 tekur
39 hlaupum	59 selja	79 tökum
40 horfir	60 sendir	80 talar
41 horfum	61 sendum	81 tölum
42 hringir	62 sérð	82 tala
43 hringja	63 sjáum	83 talið
44 kemur	64 skilur	84 teljum
45 komum	65 skiljum	85 telur
46 kostar	66 skoðar	86 þökkum
47 kosta	67 skoðum	87 þakkar
48 læri	68 skrifa	88 þekkja
49 lærið	69 skrifa	89 þekki
50 les	70 slekk	90 þvo
51 lesið	71 slökkvið	91 þvær
52 nær	72 sofnar	
53 næ	73 sofnum	

33. æfing

1. m (–a, –ar)

1 glugga	11 poka	8 ost
2 glugga	12 bolla	9 steini
3 banka		10. strák
4 banka	**2. m (–s, ar)**	
5 appelsínusafa	1 fisk	**3. f (–u, –ur)**
6 lampa – sófa	2 disk	1 ömmu
7 jakka	3 bíl	2 fjölskyldu
8 jakka	4 dag	3 frænku
9 penna	5 hest	4 götu
10 síma	6 ísskáp	5 kókflösku
	7 kjól	6 kisu

7 klukku

8 peysu

9 skyrtu

10 tösku

11 pítsu

12 viku

4. f (-ar, -ir)

1 borg

2 borgar

3 mjólk

4 búð

5 tjörn

5. n (-a, -u)

1 augu

2 eyru

6. n (-s,-)

1 bréf

2 bréfi

3 húsi

4 súkkulaði

5 epli

6 brauð – smjöri

7 sjónvarp

8 kaffi

9 rúmi

34. æfing

Eldhúsið

1 Ég hita kaffi

2 Hann eldar mat

3 Þau borða pítsu

4 Hún bakar köku

5 Ég vaska upp diska

6 Hann drekkur vatn

7 Ég geng frá glösum og diskum

Stofan

1 Ég hlusta á útvarp

2 Hann horfir á sjónvarp

3 Þú hvílir þig

4 Við lesum bók

Baðherbergið

1 Ég bursta tennur

2 Ég mála mig

3 Ég fer í bað

4 Þú þurrkar þér

Svefnherbergið

1 Ég hátta mig

2 Þú klæðir þig

3 Ég sef vel

4 Hann sofnar fljótt

5 Þið vaknið snemma

6 Hún fer á fætur

Þvottahúsið

1 Hann þvær þvott

2 Þið brjótið saman þvott

3 Við hengjum upp þvott

4 Ég set í þurrkara

35. æfing

1. m (-a, -ar)
1 glugganum
2 gluggann
3 bankann
4 bankanum
5 appelsínusafann
6 lampann-sófann
7 jakkanum
8 jakkann
9 pennann
10 pokann
11 bollann
12 símann

2. m (-s, ar)
1 fiskinn
2 diskinn
3 bílinn

4 hestinn
5 ísskápnum
6 kjólnum
7 ostinn
8 steininum
9 strákinn

3. f (-u, -ur)
1 götunni
2 kisunni
3 peysunni
4 skyrtunni
5 töskuna
6 ömmunnar
7 pítsuna

4. f (-ar, -ir)
1 borginni

2 borgarinnar
3 búðina
4 tjörninni

5. n (-a, -u)
1 pastað
2 augunum
3 augun

6. n (-s,-)
1 bréfið
2 bréfinu
3 húsinu
4 súkkulaðið
5 eplið
6 sjónvarpið
7 rúminu
8. kaffið

36. æfing

1. m (-a, -ar)
1 skólunum
2 gluggana
3 frakka
4 bönkum
5 lampa
6 krakkana
7 penna
8 poka
9 bollana

2. m (-s, ar)
1 diskana
2 bíla
3 hesta
4 steinum
5 strákana

3. f (-u, -ur)
1 stelpnanna
2 fjölskyldur
3 frænkum
4 götum
5 kókflöskur
6 kisunum
7 töskur
8 pítsur
9 vikur

4. f (-ar, -ir)
1 borgum
2 borga
3 rósir
4 búðir
5 myndir

5. n (-a, -u)
1 augu
2 eyru

6. n (-s,-)
1 bréf
2 bréfunum
3 húsum
4 epli

37. æfing

1. m (-a,-ar)
1 sætan appelsínusafa
2 fallegum jakka
3 ljótan jakka
4 gulan penna
5 gulum penna
6 skítugan glugga
7 skemmtilegum
  skóla

5 hvítum ísskáp
6 gulum kjól
7 hollan ost

3. f (-u, -ur)
1 kátri kisu
2 gulri peysu
3 ljótri skyrtu
4 bleika tösku

5. n (-a, -u)
1 ítalskt pasta
2 falleg augu

6. n (-s, -)
1 langt bréf
2 löngu bréfi
3 fallegu húsi
4 sætt súkkulaði
5 gult epli

2. m (-s, -ar)
1 feitan fisk
2 fallegan disk
3 ljótan bíl
4 rólegan hest

4. f (-ar, -ir)
1 fallegri borg
2 skemmtilegrar
  borgar
3 ljóta búð

38. æfing

1. m (-a,-ar)
1 hreinan
  appelsínusafa
2 fínum jakka
3 gamlan jakka
4 grænan penna
5 grænum penna
6 gamlan glugga
7 fínum skóla

2. m (-s, -ar)
1 gamlan fisk
2 heilan disk
3 grænan bíl
4 brúnan hest
5 hreinum ísskáp
6 brúnum kjól
7 grænan ost

3. f (-u, -ur)
1 brúnni kisu
2 gamalli peysu
3 grænni skyrtu
4 brúna tösku

4. f (-ar, -ir)
1 fínni borg

2 fínnar borgar

3 gamla búð

2 brún augu

3 græn augu

2 fínu bréfi

3 gömlu húsi

4 gamalt súkkulaði

5. n (-a, -u)

1 brúnt pasta

6. n (-s, -)

1 fínt bréf

5 grænt epli

6 gömlu rúmi

39. æfing

1. m (-a,-ar)

1 nýjan appelsínusafa

2 bláum jakka

3 gráan jakka

4 bláan penna

5 gráum penna

2. m (-s, -ar)

1 nýjan fisk

2 bláan disk

3 gráan bíl

4 mjóan hest

5 nýjum ísskáp

6 gráum kjól

3. f (-u, -ur)

1 grárri kisu

2 hlýrri peysu

3 nýrri skyrtu

4 bláa tösku

4. f (-ar, -ir)

1 nýrri íbúð

2 nýrrar borgar

3 nýja búð

5. n (-a, -u)

1 nýtt pasta

2 blá augu

3 grá augu

6. n (-s, -)

1 nýtt bréf

2 nýju húsi

3 nýtt brauð

4 mjóu rúmi

5 bláu húsi

40. æfing

1. m (-a,-ar)

1 góðan appelsínusafa

2 rauðum jakka

3 rauðan jakka

4 góðan penna

5 góðum penna

2. m (-s, -ar)

1 góðan fisk

2 rauðan disk

3 góðan bíl

4 hræddan hest

5 rauðum kjól

3. f (-u, -ur)

1 hræddri kisu

2 rauðri peysu

3 góðri skyrtu

4 rauða tösku

4. f (-ar, -ir)

1 góðri borg

2 góðrar borgar

3 góða búð

5. n (-a, -u)

1 gott pasta

2 rauð augu

6. n (-s, -)

1 gott bréf

2 góðu bréfi

3 rauðu húsi

4 gott súkkulaði

5 rautt epli

6 góðu rúmi

41. æfing

1. m (-a,-ar)

1 dýran appelsínusafa

2 dýrum jakka

3 ljósan jakka

4 stóran penna

5 stórum penna

6 stóran glugga

7 dýrum skóla

2. m (-s, -ar)

1 dýran fisk

2 stóran disk

3 dýran bíl

4 vitlausan hest

5 stórum ísskáp

6 dýrum kjól

7 kurteisan strák

3. f (-u, -ur)

1 vitlausri kisu

2 dýrri peysu

3 stórri skyrtu

4 ljósa tösku

5 kurteisa konu

4. f (-ar, -ir)

1 stórri borg

2 stórrar borgar

3 dýra búð

5. n (-a, -u)

1 dýrt pasta

2 ljós augu

3 stór augu

6. n (-s, -)

1 vitlaust bréf

2 vitlausu bréfi

3 stóru húsi

4 dýrt súkkulaði

5 dýr epli

6 stóru rúmi

42. æfing

1. m (-a,-ar)

1 vondan
   appelsínusafa

2 svörtum jakka

3 svartan jakka

4 svartan penna

5 vondum penna

6 dökkhærðum
   krakka

7 vondum skóla

2. m (-s, -ar)

1 vondan fisk

2 svartan bíl

3 svartan hest

4 köldum ísskáp

5 svörtum kjól

6 ljóshærðan strák

3. f (-u, -ur)

1 vondri kisu

2 svartri peysu

3 ljóshærðar stelpur

4 svartar töskur

4. f (-ar, -ir)

1 vondri borg

2 kaldrar borgar

5. n (-a, -u)

1 vont pasta

2 svört augu

6. n (–s, –)

1 köldu húsi
2 vont súkkulaði
3 kalt vatn
4 svart kaffi
5 dökkhærð börn

43. æfing

1. m (-a,-ar)

1 sætan appelsínusafa
2 fallegum jakka
3 ljótan jakka
4 bláan penna
5 bláum penna
6 skítugan glugga
7 skemmtilegum skóla

2. m (-s, -ar)

1 góðan fisk
2 bláan disk
3 grænan bíl
4 svartan hest

5 hvítum ísskáp
6 grænum kjól
7 hollan ost

3. f (-u, -ur)

1 svartri kisu
2 gulri peysu
3 grænni skyrtu
4 rauða tösku

4. f (-ar, -ir)

1 fallegri borg
2 skemmtilegrar
    borgar

3 nýja búð

5. n (-a, -u)

1 ítalskt pasta
2 brún augu
3 blá augu

6. n (-s, -)

1 langt bréf
2 löngu bréfi
3 stóru húsi
4 sætt súkkulaði
5 grænt epli
6 hlýju rúmi

44. æfing

A.

1 húfuna
2 hattinn
3 beltið
4 vettlingana
5 hanskana

6 veskið
7 töskuna
8 úrið
9 hringinn
10 hálsmenið

11 hár
12 augu
13 eyrnalokka

B.

1 svarta húfu
2 gulan hatt
3 appelsínugult belti
4 brúnan vettling
5 gráan hanska

6 brúnt veski
7 rauða tösku
8 fallegt úr
9 gylltan hring
10 nýtt hálsmen

11 brúnt hár
12 blá augu
13 nýja eyrnalokka

C.

1 kjól	6 úlpu	11 frakka
2 peysu	7 jakka	12 vesti
3 skyrtu	8 skóm	13 buxum
4 pilsi	9 stígvélum	14 bol
5 sokk	10 kápu	

D.

1 grænum kjól	6 brúnni úlpu	10 fjólublárri kápu
2 gulri peysu	7 rauðum jakka	11 bláum frakka
3 blárri skyrtu	8 appelsínugulum	12 fallegu vesti
4 svörtu pilsi	skóm	13 bláum buxum
5 hvítum sokkum	9 gráum stígvélum	14 bleikum bol

E.

1 góðan strák	4 duglega stúlku	7 latan ungling
2 skemmtilega stelpu	5 stóra konu	
3 leiðinlegt barn	6 vondan krakka	

F.

1 hreinan stól	6 köflóttan sófa	11 óhreint gólf
2 kringlótt borð	7 lélegt sjónvarp	12 hvítan glugga
3 glæsilegan lampa	8 nýja tölvu	13 fallega stofu
4 rósótta mottu	9 ódýrt húsgagn	14 stórt svefnherbergi
5 brúnt teppi	10 tóman ísskáp	

G.

1 glært glas	4 gráan gaffal	7 dýran pott
2 bláan disk	5 hvíta brauðrist	8 góða pönnu
3 beittan hníf	6 svarta kaffikönnu	

H.

1 góðum strák	4 duglegri stúlku	7 lötum unglingi
2 skemmtilegri stelpu	5 stórri konu	
3 leiðinlegu barni	6 vondum krakka	

I.

1 hreinum stól	5 brúnu teppi	9 ódýru húsgagni
2 kringlóttu borði	6 köflóttum sófa	10 tómum ísskáp
3 glæsilegum lampa	7 lélegu sjónvarpi	
4 rósóttri mottu	8 nýrri tölvu	

J.

1 glæru glasi	2 fínum bolla

K.

1 beittum hníf	2 gráum gaffli

45. æfing

A.

1 fisk	9 mjólk	17 tvo tómata
2 þrjú ýsuflök	10 fimm epli	18 fjórar gúrkur
3 einn kjúkling	11 þrjá kaffipakka	19 einn lauk
4 ost	12 kjöt	20 fjóra hamborgara
5 fjórar appelsínur	13 kornflex	21 tíu kartöflur
6 kæfu	14 smjör	22 hrísgrjón
7 tvær pítsur	15 súkkulaði	23 skyr
8 þrjár samlokur	16 þrjú brauð	24 jógúrt

B.

1 skíðum	5 tónlist	9 fótbolta
2 sundi	6 frímerkjum	10 körfubolta
3 fjallgöngum	7 bókmenntum	11 handbolta
4 kvikmyndum	8 íþróttum	12 ferðalögum

46. æfing

1 Við bökum kökur	4 Hann bakar eina	6 Þau elda hollan
2 Þið bakið brauð	kleinu	mat
3 Þær baka tvo snúða	5 Hann eldar fisk	7 Ég elda kjúkling

8 Við eldum nýjan kartöflurétt

9 Hann hitar súpu

10 Þau hita vatn

11 Þið hitið kaffi

12 Þú hitar mjólk

13 Ég borða ljúffenga samloku

14 Hann borðar ódýran hamborgara

15 Við borðum góðan mat

16 Þú skoðar safn

17 Við skoðum söfn

18 Hann skoðar myndir

19 Hún skrifar langt bréf

20 Þið skrifið stutt kort

21 Þeir skrifa ritgerð

22 Hann talar við þig

23 Við tölum við hana

24 Hún talar við ykkur

25 Ég tala við skemmtilega stelpu

26 Þú talar við strákinn

27 Strákurinn talar við mig

28 Konan talar um stelpuna

29 Við tölum um myndina

30 Þið talið um ferðina

31 Hann teiknar fallega mynd

32 Við teiknum myndir

33 Þú svarar mér

34 Við svörum honum

35 Þeir svara okkur

47. æfing

1 Strákurinn keyrir bílinn

2 Konurnar keyra bílinn

3 Maðurinn keyrir rútu

4 Ég keyri strætó

5 Þú hittir mig

6 Ég hitti þig

7 Við hittum konurnar

8 Þeir hitta strákana

9 Þú horfir á myndina

10 Hann horfir á stelpuna

11 Við horfum á sjónvarpið

12 Hún hringir í mig

13 Ég hringi í hana

14 Þær hringja í okkur

15 Ég segi sögu

16 Þeir segja brandara

17 Strákurinn segir sögur

18 Hún þekkir mig

19 Þeir þekkja strákana

20 Þið þekkið stelpuna

48. æfing

1 Þið sjóðið súpu

2 Þú sýður graut

3 Ég sýð hangikjöt

4 Þeir brjóta glugga

5 Hún brýtur bláan bolla

6 Ég brýt glös

7 Þú drekkur kaffi

8 Þið drekkið te

9 Ég legg mig

10 Hann selur bíl

11 Þeir selja hús

12 Maðurinn skilur íslensku

13 Þið skiljið íslensku

14 Ég syng lög

15 Þau syngja fallega óperu

16 Strákurinn telur peninga

17 Við teljum mínútur

18 Mamman vekur barnið

19 Ég vek mömmu

20 Ég vel svart pils

21 Þú velur rauða tösku

22 Þið veljið grænar húfur

23 Við þiggjum kaffi

24 Þú þiggur brauð

25 Hann lýkur verkefninu

26 Þið ljúkið ritgerðinni

49. æfing

1 Ég fæ góða gjöf

2 Þið fáið fallegar myndir

3 Þeir kjósa forseta

4 Ég kýs hann

5 Hann les bók

6 Þú lest skemmtilegt blað

7 Við lesum nýtt tímarit

8 Strákurinn slær grasið

9 Ég þvæ óhreinan þvott

10 Þú þværð skítuga sokka

11 Þið þvoið gólf

50. æfing

1 mig

2 henni

3 þeim

4 húsið

5 apótekinu

6 vinnunni

7 Íslandi

8 Íslands

9 viku

10 tvær vikur

11 þrjá daga

12 fallegri úlpu

13 nýja kápu

14 borðinu

15 gólfið

16 brún augu

17 smjöri

18 kærastanum

19 hundinn

51. æfing

1 bakaði

2 bökuðum

3 bökuðuð

4 borðaði

5 borðuðuð

6 borðaðir

7 borgaði

8 borguðum

9 borgaðir

10 byrjaði

11 byrjuðuð

12 dansaðir

13 dönsuðum	29 prjónuðum	45 stjórnuðum
14 eldaði	30 safnaðir	46 stækkaði
15 elduðuð	31 söfnuðum	47 stækkuðuð
16 hitaði	32 saumaði	48 töluðum
17 hituðuð	33 saumuðum	49 talaði
18 hjálpaði	34 skammaði	50 talaðir við
19 hjálpuðu	35 skömmuðum	51 töluðu við
20 hækkuðum	36 skoðaði	52 talaði um
21 hækkaðir	37 skoðuðu	53 töluðu um
22 kostaði	38 skrifaði	54 tapaði
23 kostuðu	39 skrifuðum	55 töpuðum
24 lánaði	40 sofnuðum	56 teiknaði
25 lánuðuð	41 sofnaðir	57 teiknuðuð
26 málaði	42 stöfuðum	58 þakkaði
27 máluðum	43 stafaði	59 þökkuðum
28 prjónaði	44 stjórnaði	

52. æfing

1 gerði	15 keyrði	29 rigndi
2 gerðu	16 keyrðum	30 sagði
3 gleymdi	17 kyssti	31 sögðu
4 gleymdum	18 kysstu	32 sendi
5 greiddi	19 lifðum	33 sendum
6 greidduð	20 lifðir	34 synti
7 hittir	21 lærðir	35 syntuð
8 hittum	22 lærðuð	36 vöktum
9 horfði á	23 læstum	37 vakti
10 horfðu á	24 læsti	38 þagði
11 hringdi í	25 nennti	39 þögðu
12 hringduð í	26 nenntum	40 þekktir
13 hætti	27 reykti	41 þekktum
14 hættum	28 reyktuð	

53. æfing

1 taldi	10 spurðu	19 seldu
2 töldum	11 flúði	20 þvoði
3 vaktir	12 flúðu	21 þvoðu
4 vöktu	13 valdir	22 náði
5 fluttir	14 völdum	23 náðum
6 fluttum	15 valdi	24 lögðum
7 smurðu	16 skildum	25 lagði
8 smurði	17 skildi	
9 spurði	18 seldi	

54. æfing

1 beið	20 flaug	39 lásuð
2 biðu	21 flugu	40 las
3 bauð	22 gengu	41 last
4 buðu	23 gekkst	42 lágu
5 brutu	24 gáfu	43 lágu
6 braut	25 gafst	44 lauk
7 bjóst	26 gat	45 lukuð
8 bjó	27 gátu	46 nutuð
9 bjuggu	28 hljóp	47 naut
10 duttu	29 hljópst	48 sast
11 datt	30 hlupu	49 sat
12 drakk	31 hló	50 sást
13 drakk	32 hlóst	51 sá
14 fóru	33 hlógu	52 sáuð
15 fór	34 kaus	53 suðum
16 fór	35 kusuð	54 sauðst
17 fékk	36 kaust	55 skar
18 fengu	37 kom	56 skárum
19 fékkst	38 komuð	57 skarst

58 sló
59 slógum
60 slóguð

61 stóð
62 stóðu
63 sungu

64 sunguð
65 tók
66 tókum

55. æfing

1 beið
2 biðuð
3 bauð
4 buðu
5 borðaði
6 borðuðu
7 borgaði
8 borguðu
9 bjóst
10 bjuggum
11 byrjaði
12 byrjuðu
13 drakkst
14 drukkum
15 eldaði
16 elduðuð
17 fékk
18 fengum
19 fórst
20 fórum
21 gekk
22 genguð
23 gaf
24 gáfum
25 gerði
26 gerðum

27 gast
28 gátum
29 gleymdi
30 gleymdu
31 greiddi
32 greiddum
33 hétu
34 hitti
35 hittuð
36 hló
37 hlógu
38 hljópst
39 hlupum
40 horfði
41 horfðum
42 hringdi
43 hringdu
44 komst
45 komum
46 kostaði
47 kostuðu
48 lærði
49 lærðuð
50 las
51 lásuð
52 náði

53 náði
54 nennti
55 nenntum
56 sagði
57 sögðuð
58 seldi
59 seldu
60 sendir
61 sendum
62 sást
63 sáum
64 skildir
65 skildum
66 skoðaði
67 skoðuðum
68 skrifaði
69 skrifuðu
70 slökkti
71 slökktuð
72 sofnaði
73 sofnuðum
74 spurði
75 spurðu
76 syntir
77 syntu
78 tók

79 tókum	84 töldum	89 þekkti
80 talaði	85 taldi	90 þvoðu
81 töluðum	86 þökkuðum	91 þvoði
82 talaði	87 þakkaði	
83 töluðuð	88 þekktu	